தியாகிகள் 75

தொகுப்பாளர்

கவிச்செம்மல் ஆ. நித்ய கல்யாணி

ஏலே பதிப்பகம்

முன்னுரை

**தெய்வத்தான் ஆகாது எனினும் முயற்சிதன்
மெய்வருத்தக் கூலி தரும்.**
_ குறள் எண் 619.

சுதந்திரம் என்பது எட்டாக்கனி என ஏராளமானோர் அடங்கி அடிமைகளாக வாழத் துணிந்த தருணத்தில் அவரவர் சொந்த மண்ணில் அடிமை வாழ்வு அவமானம் என போராடத் துணிந்தனர் வீரர்கள். நமது ஒற்றுமையின்மையே அன்னியனின் பலம் நமது பலவீனம் என்றுணர்ந்த அறிஞர்கள் மக்களிடையே விழிப்புணர்வு ஏற்படுத்த முடிவு செய்தனர். பாடல்கள் , மேடைப் பேச்சுகள், பிரச்சாரம் என ஒன்று திரண்டு ஓரணியாய் அகிம்சை வழியிலும் ஆயுதங்கள் தாங்கியும் இன்னல்களை இனிமையாகக் கருதி ஈந்தனர் இன்னுயிரை.இந்திய மண்ணுக்காக அதன் பயனே இன்றைய நமது சுதந்திரம். இந்திய விடுதலைப் போராட்டத் தியாகிகளை போற்றி வணங்குவது நமது கடமையாகும். இந்தியத் திருநாட்டின் சுதந்திர தினத்தை முன்னிட்டு வாசிப்பை சுவாசிப்போம் பேரவை 75 தியாகிகளின் பெயர் பட்டியல் வழங்கி கவிதைப் போட்டி நடத்தியது. அந்தப் போட்டியில் வெற்றி பெற்ற கவிதைகள் தியாகிகள் 75 என்ற பெயரில் கவிதைத் தொகுப்பாக வெளிவந்துள்ளது.

வாசிப்புப் பழக்கத்தை அனைவரிடமும் கொண்டு செல்ல வேண்டும், அதன் முக்கியத்துவத்தை அனைவருக்கும் உணர்த்த வேண்டும் என்ற நோக்கோடு தொடங்கப்பட்டது. வாசிப்பை சுவாசிப்போம் பேரவை தற்போது பலரை புத்தக வாசிப்பாளர்களாக உருவாக்கி வருகின்றது.மேலும் அனைவரது தனித்திறன்களையும் வெளிக்கொணரும் முயற்சியிலும் ஈடுபட்டு வருகிறது. அதன் பொருட்டே வாரந்தோறும் கவிதைப் போட்டி மற்றும் பல்திறன் போட்டிகள் நடத்தப்பட்டு வருகிறது.

கிட்டத்தட்ட வாரத்திற்கு 100 க்கும் மேற்பட்ட நபர்கள் போட்டிகளில் கலந்து கொண்டு சான்றிதழ் பெறுகின்றனர். கவிஞனின் கனவு கவிதைகள் நூலாக்கப்படுதலே. எனவே கவிஞர்களை ஊக்குவிக்கும் வகையில் வெற்றி பெற்ற கவிதைகள் நூலாக தொகுக்கப்பட்டு வெளியிட முயற்சி செய்யப்பட்டுள்ளது. அதன் முதன் முன்னெடுப்பே இந்த தியாகிகள் 75 கவிதைத் தொகுப்பு. ஒவ்வொரு கவிதைகளும் ஒவ்வொரு தியாகிக்கும் தனது உள்ளப்பூர்வமான நன்றிகளை உரித்தாக்கும் வகையில் அமைந்துள்ளது.

கவிச்செம்மல்.ஆ.நித்ய கல்யாணி
நிறுவனர் & தலைவர்
வாசிப்பை சுவாசிப்போம் பேரவை மதுரை

அணிந்துரை

ஓராயிர வருட மோய்ந்து கிடந்த பின்னர், வாராது போல வந்த மாமணியைத் தோற்போமோ?

என்ற அந்த அருமைக்கும் பெருமைக்கும் உரிய, பாரத நாட்டின் சுதந்திரம் பெறுவதற்கு நம் முன்னோர்கள் எத்தனை பாடுபட்டு இருக்கிறார்கள்! தண்ணீர்விட் டோவளர்த்தோம்? சர்வேசா! இப்பயிரைக் கண்ணீராற் காத்தோம்; கருகத் திருவுளமோ? என்று கண்ணீரும், செந்நீரும் சிந்தி இந்த சுதந்திரத்திற்கு வழியமைத்திருக்கிறார்கள்! தங்கள் குடும்பம், தங்கள் வாழ்க்கை என்று சுயநலமின்றித் தவசீலர்களைப் போல எதைப்பற்றியும் கிஞ்சித்தும் சிந்திக்காமல் சுதந்திரம் ஒன்றே எங்கள் குறிக்கோள்! அதுவே எங்கள் வாழ்க்கையின் அடிநாதம்! தாரக மந்திரம்! என்ற தெய்வீக நோக்கில் அதற்காகவே தங்கள் உரிமைகளையும், உடைமைகளையும் வசந்தம் வீசும் வாழ்க்கையையும் மகிழ்வோடு நம் பாரத நாட்டிற்காக அர்ப்பணித்திருக்கிறார்கள்!

பாரதிர முழங்கிய பாரதியின் கூற்றுப்படி
வீர சுதந்திரம் வேண்டிநின்றார் பின்னர் வேறொன்று கொள்வாரோ? அந்த தியாக சீலர்கள் தங்களையே ஆத்ம நிவேதனம் செய்திருக்கிறார்கள்! அந்த கொழுந்து விட்டு எழுந்த பிரசண்டமான, வானுயர்ந்து எழுந்து வையமளந்த சுதந்திர வேள்வித் தீயில், ஆகுதிப் பொருளாய் தங்களையே தாரை வார்த்துக் கொடுத்திருக்கிறார்கள்!
இன்றைமை வருத்தும் இன்னல்கள் மாய்க!
(சுதந்திர) நன்மை வந்தெய்துக!
தீதெலாம் நலிக என்று அத்தனை இன்னல்களையும் பொறுத்துக் கொண்டு அந்த சுகந்தம் வீசும் சுதந்திரக் காற்றை நம்மையெல்லாம் சுவாசிக்க வைத்திருக்கிறார்கள்!

அப்பெருந்தகைகளை நாம் நினைத்தும், துதித்தும், மதித்தும் போற்றிக் கொண்டாட வேண்டும் என்ற நன்முயற்சியோடு மதுரை மாநகரைச் சேர்ந்த வாசிப்பை சுவாசிப்போம் பேரவையின் நிறுவனர் & தலைவர் கவிச்செம்மல் ஆ.நித்யகல்யாணி என்ற பெருமதிப்பிற்குரிய சகோதரி தியாகிகள் 75 என்ற கவிதைத் தொகுப்பை சீராக வடிவமைத்து ஏலே பதிப்பகம் மூலமாக புத்தகமாக வெளிக்கொணர்ந்திருக்கிறார்!

இது ஒரு உன்னதமான பணியென்றே கருதுகின்றேன்! தேசப்பிதா காந்தியடிகள், வ.உ.சிதம்பரனார், நேதாஜி சுபாஷ் சந்திர போஸ், இராணி இலட்சுமி பாய், ஜவஹர்லால் நேரு, கர்மவீரர் காமராசர் என்று அந்தப் பட்டியல் இமயம் முதல் குமரி வரை நீள்கிறது!
தியாகிகளின் பெருமை சொல்லி முடியுமா? சொல்லில் அடங்குமா?
இந்த நூலில் இடம் பெற்றுள்ள அனைத்துக் கவிதைகளும் அதைப் பறைசாற்றுகின்றன!
வாழ்க வளமுடன்!

முனைவர் சு.ஆ.பழனிச்சாமி
முன்னாள் ஆங்கிலத் துறைத் தலைவர்
நந்தா கலை மற்றும் அறிவியல் கல்லூரி
ஈரோடு 52
9750051777 sapenglish59@gmail.com

வாழ்த்துரை

மனமது செம்மையானால் மந்திரம் செபிக்க வேண்டா
மனமது செம்மையானால் வாயுவை உயர்த்த வேண்டா
மனமது செம்மையானால் வாசியை நிறுத்த வேண்டா
மனமது செம்மையானால் மந்திரம் செம்மை யாமே
தான் என்ற தானே தான் ஒன்றே தெய்வம்

சமூக மாற்றங்கள் தமிழியல் ஒருங்கிணைந்த பணிகள் சார்ந்து உலகத் தமிழர்களை ஒருங்கிணைத்து முதலுலக மூத்தகுடி நாம் என்பதை நிலை நிறுத்தி தியாகிகள் 75 கவிதைத் தொகுப்பு நூலை முன் முயற்சி செய்து வெளியிடும் வாசிப்பை சுவாசிப்போம் பேரவை நிறுவனர் & தலைவர், கவிச்செம்மல், மாணவி ஆ.நித்ய கல்யாணி அவர்களுக்கு என் நெஞ்சார்ந்த வாழ்த்துக்கள், பாராட்டுக்கள்.

நல்ல கலை இலக்கியம் வளர்ப்போம், மக்களுக்கு வழங்குவோம்.

தியாகத்தை போற்றுவோம் !

விடுதலை வரலாறு அறிவோம் !

என்றும் அன்புடன்,
பெ.பாலகங்காதரன்
பொதுச்செயலாளர்
புதுச்சேரி மாநிலக் கலை இலக்கியப் பெருமன்றம்.
தலைவர், வாஞ்சிநாதன் மன்றம்.
செயலாளர், முதலுலக மூத்த குடி
நிறுவனர்,
மய்யம் ஃபவுண்டேஷன்.

நன்றியுரை

இந்நூலை மிகச்சிறப்பான முறையில் வெளியிட அருள்புரிந்த எல்லாம் வல்ல இறைவனுக்கு முதற்கண் நன்றிகள்.

இந்நூலை வெளியிட ஒப்புக்கொண்டு தற்போது அருமையாக இந்நூலை வெளியிட்டுள்ள ஏலே பதிப்பகத்தார்க்கு எனது நெஞ்சார்ந்த நன்றிகள். தியாகிகள் 75 நூலுக்கான கவிதைப் போட்டியில் பங்கேற்று வெற்றி பெற்று மிகச் சிறப்பான முறையில் ஒத்துழைப்பினை நல்கி தற்போது இணை எழுத்தாளர்களாக உருப்பெற்றுள்ள கவிஞர் பெருமக்களுக்கு என் மனமார்ந்த நன்றிகள். நூல் வெளியீட்டு பணியில் என்னோடு அயராது உழைத்த வாசிப்பை சுவாசிப்போம் பேரவையின் ஒருங்கிணைப்பாளர் ஆ. நாக சிவ குரு அவர்களுக்கு அன்பு கலந்த நன்றிகள். நூல் பணிக்கு உறுதுணையாக செயல்பட்ட புக் பெஞ்சர்ஸ் திட்ட மேலாளர், எனது அன்பு மாணவி அபிதாவிற்கு ஆசானின் அன்பு நன்றிகள் . நூலிற்கு அழகாக அணிந்துரை அளித்த அன்பு ஐயா என்றும் இளைஞனாய் ஓடிக் கொண்டிருக்கும் ஓய்வறியாத ஆங்கில அன்னை வளர்த்த தமிழ் காதலர் முனைவர்.சு.ஆ.பழனிச்சாமி ஐயா அவர்களுக்கு நெஞ்சார்ந்த நன்றிகள்.

நூலிற்கு வாழ்த்துரை வழங்கிய புதுச்சேரியின் மண்ணின் மைந்தர், இயற்கை விரும்பி, மாணவர்களுக்காக அரும்பணிகளை செய்வதையே நோக்கமாக கொண்டு செயல்படும் அன்பு ஐயா பெ.பாலகங்காதரன் ஐயா அவர்களுக்கு கனிவான நன்றிகள். மேலும் நூலிற்கு பிழை திருத்தம் செய்து

தந்த புத்தக நேசகர், பேச்சாளர் , எழுத்தாளர் அம்மா முனைவர் .கோ.சுதாதேவி அவர்களுக்கும் அன்பால் அன்னை தமிழை கற்பிக்கும் அன்பு ஆசான் முனைவர் சு.நாகவள்ளி அம்மா அவர்களுக்கும் எனது மனமார்ந்த நன்றிகள். மீண்டும் ஒருமுறை உங்கள் அனைவருக்கும் நன்றிகளை உரித்தாக்கி கொள்கிறேன்.

நன்றியுடன்
கவிச்செம்மல்.ஆ.நித்ய கல்யாணி
மதுரை.

1.பாரதியார்

முண்டாசுக் கவிஞன் பாரதியே
என்றும் மங்காதத் தமிழ் பாடலுக்கு சாரதியே..
உன் வீரத்தை கவியில் கண்டோம்..
தமிழ்த் தேனோடு சேர்த்து உண்டோம்..
எத்தனை எத்தனை பாடல்கள்..
அத்துணையிலும் உனது புலமைத் தேடல்கள்..
பார்க்கும் இடமெல்லாம் என்று நந்தலாலாவை
அழைத்தாய்..

தமிழோடு சுயமரியாதையுடன் உழைத்தாய்..
நீங்காப் புகழோடு தமிழனாய்த் திளைத்தாய்..
சூரியனாய் சீர்திருத்தக் கருத்துக்களை உதித்தாய்..
கரு நீல வானில் எத்துணை நட்சத்திரங்கள் இருந்தாலும் நீ
தான் முழுநிலா..
உலகம் இருக்கும் வரை அனைவர் உள்ளத்திலும் உன்
கவிதை வரும் உலா..

சுதந்திரம் பெற உன் பாடல்கள் தான் மக்களின் மனதிற்கு
வீச்சு.. அனைவரையும் மிரள வைத்தது உன் தமிழ்ப்
பேச்சு..
உம் கவிதைகள் தான் எங்கள் தமிழ் சுவாசப் பையை
நிரப்பும் உயிர் மூச்சு..
உன் தமிழ்ப்புலமையில் வாயடைத்தது
பழைமைவாதிகளின் ஏச்சு..
பெண்மைக்கு நிமிர்ந்த நன்னடை கற்றுக் கொடுத்தாய்..

இழிவுபடுத்திய வீணர்களுக்கு முற்று வைத்தாய்..
மாடு குயில் குரங்கோடு காதலுடன் பேசினாய்..
வேண்டாத மூட சாத்திரங்களை வீசினாய்..

உன் காலடி பட்ட தமிழ் மண்ணில் பிறந்ததே பெருமை..
உயிர் காற்றில் கலந்திருக்கும்
உன் தமிழ்க் கவியின் அருமை..

து. ஆதிலெஷ்மி, கோயம்புத்தூர்.

து. ஆதிலெஷ்மி, கோயம்புத்தூர்.

2.பாரதிதாசன்

அன்னைத் தமிழின் அருமை உரைத்தவர்
ஆக்கப்பூர்வமான சிந்தனைகளை விதைத்தவர்
இன்றியமையாத இலக்கியங்கள் படைத்தவர்
ஈதல் பண்பை முதன்மை பணியாகக் கொண்டவர்
உழைப்பை உயிராகக் கருதியவர்
ஊக்கமதனை வாழ்வின் உரமாக்கி
என்றும் வாழ்வில் நலங்களையும் வளங்களையும்
ஏற்றங்களையும் அளிப்பது தாய்தமிழே என்று
ஐயமின்றி உரைப்பதோடு மட்டுமின்றி
ஒரு எடுத்துக்காட்டாக வாழ்ந்தும் காட்டியவர்
ஓய்வின்றி தமிழ் பணி செய்த பெருந்தகையே
ஒளவியம் களைந்த அன்பு தமிழ்மகனே
வையகம் உள்ள வரை நின் புகழ் வாழிய வாழியவே!!!

கவிச்செம்மல்.
ஆ.நித்ய கல்யாணி, மதுரை

3.மகாத்மா காந்தி

காந்தி மகானாக மண்ணில் தோன்றியவரே !
எளிமையான வாழ்வை வாழ்ந்து சென்றவரே !
அகிம்சையை கடைப்பிடித்த அருமை ஆன்மாவே !
தேசத்தந்தையாக பார்க்கும் அளவு செயலாற்றியவரே !
ஆயுதத்தை வெறுத்து அமைதியை நேசித்தவரே !
விவசாயிகளின் கஷ்டத்தை உற்றுநோக்கியவரே !
அகிலம் போற்றும் வண்ணம் வாழ்ந்தவரே !
சத்திய சோதனையின் நூலாசிரியரே !
சத்தியத்தைக் காக்க பொய்யைத் துறந்தவரே !
உப்பு சத்தியாக்கிரகம் போர் புரிந்தவரே !
எழுச்சி உரைகளை அழகாய்க் கொடுத்தவரே !
புரட்சி பலசெய்த புகழ்மாரமே !
கைத்தறித் தொழிலை காக்கச் சொன்னவரே !
விடுதலைக்குப் போராடி வெற்றி கண்டவரே !
சட்ட திட்டங்களை பயின்ற சகாப்தமே !
அன்போடு சுதந்திரக்காற்றை வேண்டியவரே !
அயல் நாட்டுப் பொருள்களை வெறுத்தவரே !
வரலாற்றில் வாழும் அழியா உருவமே !
பொறுமையின் சிறந்த சிகரமாய்த் திகழ்ந்தவரே !

முனைவர் கவிஞர் சை.சபிதா பானு
ஆங்கில ஆசிரியை, காரைக்குடி.

4. கவிஞர் இராமலிங்கம்

அன்னை நாட்டை காக்க அகிம்சைவழி கவிதை பல
படைத்த புரட்சிக்கவிஞர்
அந்நியரை எதிர்த்து அமைதி வழிப் போராட்டம் பல
நடத்திய அஞ்சாக் கவிஞர்
அச்சம் என்பதை துச்சமென நினைத்து அயராது பாடுபட்ட
எழுச்சிக் கவிஞர்

தாய் மண்ணை காக்கும் போராட்டத்தில் தவறாமல்
பங்கேற்ற தன்மான கவிஞர்
எண்ணற்ற அடக்குமுறை ஒடுக்கு முறையை எதிர்த்து
எழுச்சிமிகு கவிதை பல படைத்த எங்கள் கவிஞர்
விடுதலை வேட்கைதனை கவிதையில் பல படைத்து
வீறுகொண்டு எழச் செய்த வீரக் கவிஞர்

உணர்ச்சியற்ற மக்களின் உள்ளங்களிலும் விடுதலை
உணர்வை ஊட்டிய உணர்ச்சிக் கவிஞர்
அழகிய கவிதை பல படைத்து அன்னைத் தமிழுக்கு அழகு
சேர்த்த அழகு கவிஞர்
ஆயுதம் இல்லாமல் காகிதம் வழி ஆங்கிலேயரை எதிர்த்த
புதுமைக் கவிஞர்

உலகம் போற்ற ஒப்பில்லா ஓவியம் பல வரைந்த
சாதனைக் கவிஞர்
உத்தமர் காட்டிய பாதையை தாம் வாழும் வரையில்
பின்பற்றிய உன்னத கவிஞர்
அன்னிய மன்னரும் வியக்கும் வகையில் திறமையை
கண்முன் காட்டிய காவிய கவிஞர்

மாநிலத்தின் முதல் அரசவை கவிஞர் என்னும் சிறப்பினை பெற்று பார் போற்ற பணியாற்றிய பெருமைமிகு கவிஞர்

நாட்டு மக்கள் அன்புடன் அழைக்கும் நாமக்கல் கவிஞர் என்னும் அடைமொழிதனை கொண்ட கவிஞர் ராமலிங்கம் ஐயாவின் புகழை நாளும் போற்றுவோம்.வாழ்க ஐயாவின் புகழ்

சு.சரவணன், நாமக்கல்

5.ஜவஹர்லால் நேரு

சிந்தை எல்லாம் பாரதத்தின் விடுதலைக்கே/
உழைப்பு எல்லாம் நானிலத்தின் அமைதிக்கே/
நாட்டின் முதல் பிரதமரே/ இந்தியாவின் சிற்பியே/
தொலைநோக்குப் பார்வையாளரே/
குழந்தைகளின் மாமாவே/
பன்முகத் தன்மையாளரே/
விடுதலைப்போராட்ட வீரரே/
தேசப்பற்று கொண்டவரே/
சமநிலை கொண்ட தலைவரே/
மதவாதத்தை எதிர்த்தவரே/
பஞ்சசீலக் கொள்கைக்கு
வித்திட்டவரே/
பொருளாதாரச் சிக்கலைத் தீர்த்தவரே/
வளர்ச்சிப் பாதைக்கு வழி காட்டியவரே/
இன்று இந்தியா அறுவடை செய்வதெல்லாம்/
ஐயா அன்று நீங்கள் போட்ட விதைதான்.../
விருட்சமாய் இன்று வேரூன்றிய நிலையில்/தனிவாழ்வும்
குடும்ப நலனும் தாய்நாட்டின் திருவடிக்கே/
உம்மைப் போற்றி
வணங்கி மகிழ்கிறேன்

கா. சரஸ்வதி,
தமிழ்த்துறைத்தலைவர்
வாணி வித்யாலயா
சென்னை

6. லால்பகதூர் சாஸ்திரி

காந்தி பிறந்த நாள் அன்று காந்தியின் கொள்கையால் ஈர்க்கப்பட்ட கொள்கையாளரே!

சுதந்திர இந்தியாவின் இரண்டாவது பிரதமரே! எளிமையின் சிகரமே!

முதன் முதலாக உத்தரபிரதேச மாநிலத்தில் அமைச்சராக அடி எடுத்து வைத்த அரசரே!

சிறந்த நிர்வாகத் திறன் கொண்ட சிங்கமே!

ஆண்களுக்கு நிகராக பெண்களை நடத்துநர் பணியமர்த்திய பேரரசே!

சுதந்திரப் போராட்டத்தில் தன்னைத் தீவிரமாக ஈடுபடுத்திக்கொண்டு பல முறை சிறைக்குச் சென்ற சிறுத்தையே!

மத்திய அரசின் பல துறைகளில் சிறந்து பணியாற்றி! பல நல்ல திட்டங்களை செதுக்கிய சிற்பியே!

பசுமை புரட்சிக்கும், வெள்ளைப் புரட்சிக்கும் முக்கிய பங்கு வகித்தவரே!

உணவுப் பற்றாக்குறையை நீக்கியவரே!

ஊழலை ஒழித்த உத்தமரே! வறுமையை ஒழித்தவரே!

நல்லாட்சி செய்தவரே! மக்கள் மனதில் நீங்கா இடம் பிடித்தவரே!

சிறையில் இருந்த போது பல சிந்தனையாளர்கள்,(ம)புரட்சியாளர்கள் புத்தகங்களைப் படித்தவரே!

மேரி கியூரியின் வாழ்க்கை வரலாற்றை மொழி பெயர்த்தவரே! இலக்கியத்தின் மீது அளவற்ற ஆர்வம் கொண்டவரே!

வரதட்சணை வாங்கும் வ(ப)ழக்கம் வெகுவாக இருந்த போதிலும் லலிதா தேவியை மணந்து வரதட்சணை வாங்காத மா- மனிதனே!

இந்தியாவின் விடுதலையை காக்க மன வலிமையோடு போராடியவரே!

உங்களை நாங்கள் வணங்குகிறோம்!

நீங்கள் வாழ்வதற்கு உமக்கு சொந்த வீடு இல்லையென்றாலும் இன்று வரை மக்கள் மனதில் நீங்கா இடம் பிடித்து நிலைத்து வாழ்ந்துகொண்டு தான் இருக்கின்றார் லால் பகதூர் சாஸ்திரி!

இன்று வரை உங்கள் கல்லறையில் ஒலித்துக்கொண்டு தான் இருக்கின்றது வாழ்க போர் வீரன்! வாழ்க விவசாயி என்று..!!

-பா.நிரோஷ்.MA,.M,Ed,.M,sc(யோகா)

செங்கல்பட்டு.

7. வ.உ.சிதம்பரனார்

திருநெல்வேலி சீமையிலே!
ஓட்டப் பிடாரம் ஊரினிலே
1872-ல் பிறந்த தமிழ்ச் சிங்கமே!
உலகநாதன் பிள்ளை பார்வதி பெற்று சீராட்டி வளர்த்த
தங்கப் புதல்வனே!
வ. உ சிதம்பரம் பிள்ளை என்னும் பேரினிலே!
வழக்கறிஞர் பணி செய்வதிலே!
நாட்டு விடுதலைப் போராட்டம் செய்கையிலே!
திலகர் போன்ற தீரருடன் இணைந்த சிதம்பரமே!
வெள்ளையனுக்கு எதிராக சுதேசிக்கப்பல் ஒன்றினை
ஓட்டிய கப்பலோட்டிய தமிழனே
கொடுமைகள் பரிசாய்ப் பெற்றவரே!
கப்பலோட்டிய தமிழன் தன்னை சிறையில் அடைத்த
வெள்ளையரும் இவரை செக்கிழுக்கச் செய்தனரே
சுப்பிரமணிய சிவா மற்றும் பாரதியும் நண்பர்கள்
ஆயினரே
சிறையில் கொடுமைகள் அனுபவித்து வந்தார்
வெளியினிலே!
வறுமையினால் வாழ்ந்தும் கண்டது பாரதமே!
சட்டத்துறையில் பட்டம் பெற்றவரே-பல சங்க இலக்கியம்
கற்றவரே!
வ. உ சிதம்பரம் பிள்ளை இயற்பெயர் மக்கள் வழங்கிய
பெயர் தான் எத்தனை எத்தனை !
அன்னிய வணிகத்தை வணிகத்தால் ஆணிவேர்
அசைத்தச் செம்மல்!
மன்னும் தமிழரிடையே வந்த மன்னன் எங்கள் செம்மல்!

க. நிவேதா ஒன்பதாம் வகுப்பு, மதுரை

8. காமராசர்

கர்மவீரர் காமராசரின் பிறப்பு
    கன்னித் தமிழர்களின் சிறப்பு
தருமம் எடுத்த உருவம் போல்
    தமிழ்த்தாயின் தலைமகனாம் ஐயா
எம்பெருமான் உதித்த நேரம்
    ஏழை மக்களுக்கு குறைந்ததம்மா பாரம்.....
மாடுமேய்த்த சிறுவனுக்கும்
    மந்த புத்தியுள்ள வறுக்கும்

    மகத்தான கல்வி ஒளியைத் தந்தாரம்மா....
பண்பாலும் உள் அன்பாலும்
    பால் போல் உள்ளம் கொண்டார்
படமுடியாத துயரம் கண்டார்-ஆனால்
    பட்டை தீட்டிய வைரமானார்.....
பாடி உம்மைக் கும்பிட்டேன்
    பல்கலைக்கழகம் நீர் என்று
நாயகத்தின் பள்ளியினால் வளர்ந்தேன் அன்று
    நன்றி சொல்ல வாய்ப்படைந்தேன் இன்று
தூயவரால் தொடங்கி வைத்த கல்வித் தொண்டு
    ஆயிரம் தான் அவர் புகழை பாடினாலும்
அருமை மிக்க மனிதனுக்கு ஈடுண்டோ?
ஏடெடுத்து பாடும் இலக்கியமே
    நாடெல்லாம் முத்தமிழால் உன் முழக்கமே
நீ ஏறிச் செலுத்திய ஏற்றத்தைக் கூறிப்
    புகழ்வதெனில் முற்றும் பொழுதுண்டோ
ஏடெடுத்து எழுத நினைத்தது என் நெஞ்சம்
    நான் எழுதியதோ கொஞ்சம்......

இரா.மணிகண்டன்
கடலூர் மாவட்டம்

9. சுப்பிரமணிய சிவா

மண்ணின் நலம் காக்க
மார்தட்டி புறப்பட்ட மனிதர்..!
சென்னியில் திருநீறும்,
கண்ணில் நாட்டு விடுதலை உணர்வும்,
திண்ணமாய்க் கொண்ட புனிதர் ..!

நாட்டு விடுதலை உணர்வுக்கு வேரானார்
நாட்டு விடுதலையே தன் மூச்சானார்..!
நாட்டு உணர்வோடு உயிரானார்
நாட்டோர் நலம்வாழ விடுதலைப் பயிரானார்...!

பேச்சாலும் , உரையாடல் உயிரூட்டினார்
பேச்சுக்குள் விடுதலை உணர்வை பயிராக்கினார்...!
மூச்சுக்குள் மூச்சாய் முன்னின்று போராடினார்..,!
மூச்சே விடுதலைதான் என வாதாடினார்...!

பேச்சாலும், மூச்சாலும், செயலாலும் போராடி
பேச்சற்றுப் போனார் மனம் வருந்தி
ஏச்சுப் பிழைக்கும் மனிதர்முன்னே
வந்தே மாதரம், அல்லாகூ அக்பர் என முழங்கி
சமய ஒற்றுமை புகட்டிய வீரத் துறவி
சுப்பிரமணிய சிவா..!

கள்வர்க்கும் திறக்காத பூட்டுடைய ஊரர் இவர்

கல்போன்ற மனம் கரைந்தது தொழு நோய்த் துயரில் !
கல்லாரும் போற்றிடவே கனவு கண்டார்
எல்லாரும் போற்ற பாரத மாதா கோயில் கட்ட
முனைந்தார் !

காலத்தின் தீயில் மறைந்தாலும்
காலம் சொல்லும் இவர் வரலாற்றை
ஞாலம் போற்றும் இவர் புகழை

                    _ கதிர்பாரதி.

10. இராஜாஜி

இந்திய விடுதலைப் போராட்ட வீரரே!
சிறந்த அரசியல்வாதியே!
சக்கரவர்த்தி ராஜகோபாலாச்சாரியரே!
சிறந்த தேசத்தலைவராக இருந்தவரே!

சி.ஆர் என்று அன்பாக அழைக்கப்பட்டவரே !
இந்தியாவின் கடைசி ஆளுநராகப் பதவிபுரிந்தவரே!
இந்திய தேசிய காங்கிரசின் தலைவராகவும் இருந்தவரே!
தமிழகத்தின்பால் அன்பு கொண்டவரே!

தமிழகத்தையும் ஆண்டவரே!
தமிழக முதல் அமைச்சராகவும் பணியாற்றியவரே!
வேற்றுமையில் ஒற்றுமை காண்பவரே!
பெரியாருடன் தன் நட்பை வாழ்நாள் முழுவதும்
தொடர்ந்தவரே!

மக்கள் நலனை அனுதினமும் எண்ணியவரே!
அணுவாற்றல் போர்க்கருவிகளை குறைக்கப் போராடிய
வரே!
பாரத ரத்னா விருது பெற்ற சிறந்ததலைவரே!
எழுத்தாற்றல் மிக்க தலைவரே!

சிறந்த எழுத்தாளராக விளங்கியவரே!
மகாபாரதம்! ராமாயணம்! போன்ற இலக்கியங்களை
மொழி பெயர்த்து பிற மொழிக்குத் தந்தவரே!
நம் இலக்கியத்திற்கு மேலும் பெருமை சேர்த்தவரே!

இலக்கிய ஆய்வுகள் நடத்தியவரே!

இன்றளவும் நாம் விரும்பி பாடும் கண்ணன் பாடலை இயற்றியவரே!
குறை ஒன்றும் இல்லை மறைமூர்த்தி கண்ணா என்று கண்ணனின் கீதத்தை எழுதியவரே!

தன் இசையால் தன் எழுத்தால் எங்கள் மனதை கொள்ளையடித்தவரே!
மக்கள் மனதில் என்றும் வாழ்பவரே!
எங்கள் ராஜகோபாலரே எங்கள் அன்பு ராஜாஜியே!
உம்மை வணங்குகிறோம் உம்மைப் போற்றி கவி பாடுகின்றோம்!

செ. ரத்னா செந்தில்குமார்,
திருவண்ணாமலை.

11. சுபாஷ் சந்திர போஷ்

ஆங்கிலேயர் ஆட்கொண்ட நம் பாரதத்தை மீட்டெடுத்து
பாரினில் கொடி பறக்கவிட புரட்சிக்கு வித்திட்டவர்கள்
பல பேர்....
கவிதையில் புரட்சி....
கதைகளில் புரட்சி....
நாடகத்தில் புரட்சி.......
ஊடகத்தில் புரட்சி....

பாட்டில் புரட்சி..
ஏட்டில் புரட்சி....
ஏன் அகிம்சையும் என்னும் அமைதியிலும் புரட்சி.......
என புரட்சிகள் பல வெடிக்கும் வேளையிலே....
ஆயுதப் புரட்சியே அடிமையை ஒழிக்கும் என.....
ஆயுதமேந்திய புரட்சி வீரனே எங்கள் போஸ் ஐயாவே...

"எனக்கு இரத்தத்தை தாருங்கள் உங்களுக்கு சுதந்திரம்
தருகிறேன்"
என புதியதொரு புரட்சி வித்தை பூலோகத்தில் விதைத்த
புரட்சிக்காரன் நீ.....
அகிம்சையை அடக்கிய ஆயுதப் புரட்சியே...... அடிமையை
ஒழிக்கும் என சாதித்தவனே.....

சுதந்திரத்தில் அழிக்கமுடியாத தடம்பதித்த தர்ம
வீரனே......!

நேதாஜியே நீயே சிறந்த தேச பக்தர் என்று காந்திஜியால்
பாராட்டப்பட்டவரே....
தேசத்தின் கண்ணீர் துடைக்க தேகத்தின் செந்நீர்
சிந்தியவனே.....!

இந்திய ராணுவத்தின் நாயகனே......!
"ஜெய்ஹிந்த்" முழக்கத்தின் ஜெய மகனே.....!!

பார்வர்டு பிளாக்கின் பிதாமகனே...... ! மூவர்ண கொடியை
முதலில் ஏற்றிய முதல் வீரனே....!!
வன்முறையை விட அடிமைத்தனமே மோசமானது என
போதித்த அஞ்சாநெஞ்சனே....!!
அடிமைத்தனம் ஒழித்தவனே....!!
பேனா பிடிக்க கூட மறுக்கப்பட்ட பெண்ணின் கைகளில்
பேராயுதம் ஏந்திப் போரிட வைத்த போராளியே...!!

இன்னும் முடியவில்லை ஐயா உன் புரட்சி......!! இன்றும்
மர்மமாய் உன் மரண புரட்சி.....!
முற்று அடையாமல் உலகமெங்கும் உன் புரட்சி ஊறிவிட்ட
உணர்வுகளில் நாட்டைக் காத்த படி உன் வழியில் என்றும்
நம் ராணுவ வீரர்கள்....!!!

நீங்கள் விதைத்த வீர வித்துக்கள் நாங்கள்....
எங்கள் நாட்டின் தியாகச் செம்மலே.... நேதாஜியே.....
வீர வணக்கம் தங்களுக்கு.... "ஜெய்ஹிந்த்"

ஆசிரியர் ப.சுமதி,
நாமக்கல் மாவட்டம்.

12.அசரத் மோகானி

இந்தியன் எனும் ஒற்றுமைக்கு
இவரே சான்றாய் இருந்து
விடுதலை எனும் இயக்கத்தில்
விடாது துணை நின்றவர்
வேற்று மொழி கவிஞராயினும்
வேறுபாட்டில்லா இந்தியன் என்றானார்
அரசியல் மடியில் அயர்ந்தும்
அரசு உதவியை ஏற்காதவர்
போராளியாய் சிறை சென்று
பாட்டாளியாய் உழைத்தவரும் இவரே
மானிடராய் பிறந்ததன் அர்த்தமிவர்
மனிதனில் தனித்தன்மை வாய்ந்தவர்
கவி பாடும் கவிஞராய்
கலையையும் வளர்த்த மனிதன்
மக்களோடு உதவும் பாங்காய்
மற்றற்ற அரசு பணியாற்றினார்
கவியோடு கற்பனை இன்றி
காலத்தோடு தத்துவம் பொரித்தாய்

செளமியா சிவராஜ்
மூங்கில் தொழுவு, உடுமலை.

13.அஞ்சலை அம்மாள்

சுதந்திரப் போராட்டத் தியாகியே!
கடலூர் தொகுதியின்
சட்டமன்ற உறுப்பினராக இருந்தவரே!
காந்தி அடிகளை
முகமதிய பெண்போல் புர்கா
அணிந்து வந்து சந்தித்த வீரப்பெண்மணியே
உம் துணிவையும் வீரத்தையும் விவேகத்தையும்
கண்டு வியக்கிறேனே!
தென்னிந்தியாவின் ஜான்சி ராணி
என்று போற்றப்பட்டவரே!
அயல்நாட்டுத் துணிஎதிர்ப்புப்
போராட்டங்களில் வீதிகளில் கதர்த்துணி
மூட்டையைச் சுமந்து சென்றவரே!
சிறந்த மேடைப் பேச்சாளரே!
வீரப்பெண்மணியே!
வீரமிக்க வரலாற்றுக்குச் சொந்தக்காரரே!
உனைக் கண்டு
மெய்சிலிர்க்க வைக்கிறதே!
ஒத்துழையாமை இயக்கத்தில் பங்கேற்ற
தென்னிந்தியாவின்
முதல் பெண்மணியே

வி.காவியவர்சினி
11ம் வகுப்பு
அரசு மேல்நிலைப் பள்ளி வீரபாண்டி,
திருப்பூர்-641605.

14.அருணா ஆசப் அலி

அன்றைய பஞ்சாப் மாநிலம்
இன்றைய அரியானாவின் கால்கா நகரில் தோன்றிய
காரிகையே அருணா கங்குலியே!

வங்காளக் குடும்பத்திலுதித்த வாழ்வரசியே

உணவுவிடுதி நடத்தி வந்த
உபேந்திராவின் மகளேயானாலும்

உயர்கல்வி சிறப்புப் பெற்று
ஆசு இரியளாய்த் திகழ்ந்தாய்!

ஆசிரியையாய்ப் பணியாற்றினாலும்
அன்னை நாட்டின் விடுதலையில் நாட்டமுற்றாய்!

மூத்தோரெல்லாம் சிறை செல்ல
பார்த்தோரெல்லாம் பகரும் வண்ணம்

பம்பாயின் கோவாலியா குளைமதானத்தில்
விடுதலைக் கொடியேற்றி
பறக்கவிட்டாய்!

இருபது வயது மூத்தோனானாலும்
கொள்கையால் ஒன்றாகி
இதயங்கள் இணைந்ததாலே

மதமாச்சரியம் உடைத்து ஆசப்அலி மனைவியானாய்!

தில்லியின் முதல் மேயரானாய்
தினந்தினம் சமூகப் பணியாற்றி

அகிலமெங்கும் புகழ் பெற்றாய்
அகவை எண்பத்தேழில் மறைந்தாய்
பாரினில் மறைந்த பின்பு
பாரதரத்னா விருது கொடுத்தார்!

கவிஞர் சே. முத்துவிநாயகம்
திருநெல்வேலி.

15.அ.வைத்தியநாத ஐயர்

தென்னகத்தின் நெற்களஞ்சியத்தில்
விளைந்திட்ட வைத்தியநாதர்...
அருணாசலம்-இலட்சுமி ஈன்றெடுத்த
அருந்தவப் புதல்வர்...
வழக்காடும் திறமைகொண்ட வல்லமைமிகு
வழக்கறிஞர்!
வழக்கறிஞராய் தொழில்செய்து
வசதியான வாழ்வு வாழ வழி கிடைத்தும்...
முழுமனதாய் குடும்பம்சூழ
மகிழ்வோடு விடுதலைக்காய் வித்திட்ட வீரர் இவர்..
வேதாரண்ய வீதிகள்
உப்புச்சத்தியாக்கிரகப் போராட்டத்தில் உடம்பெல்லாம்
இரணமாகி
இவர்பட்ட சித்தரவதைகளை
இன்றும் கண்ணீரோடு கதை சொல்லும்!!!
அன்புத்துணை அகிலாண்டம்மாளும்
அறப்போருக்காய் சிறைவாசம் அனுபவித்தார் வேலூரில்!
இளையமகன் சங்கரனும் இன்னலுற்றார் சிறைதனிலே!
தீண்டாமை ஒழிக்கத் தீவிரமாய்ப் பாடுபட்டார்.
ஆலயப்பிரவேசப் போராட்டத்தால் அனைத்து
சாதியினரை யும்
மதுரை மீனாட்சியையும் மற்றும் பல தெய்வங்களையும்
உள்சென்று வணங்கச் செய்த உயர்ந்தவரிவர்..
சாதி விலக்கம் செய்தபின்னும் சலிக்காமல் இறுதிவரை
தாழ்த்தப்பட்ட மக்களுக்காய்

தன்னலமில்லாமல் தொண்டாற்றிய தியாகச் செம்மல்
இவர்..
நன்றியோடு நித்தமும் நினைவு கூர்வோம்
இவரைப்போன்ற தியாகிகளை.....

-யாத்வி
பெயர்:கவிதாயினி மா. வித்யா
ஊர்: பெங்களூரு

16.ஆச்சார்ய கிருபளானி

இந்திய விடுதலைக்காகப் போராடியவரே!
அரசியல்வாதியாகத் திகழ்ந்தவரே!
காங்கிரஸ் கட்சியின் தலைவராகத்
தேர்ந்தெடுக்கப்பட்டவரே!
மக்கள் நலனே தன்னலன் என்று வாழ்ந்தவரே!
வழக்கறிஞர் பட்டத்தை பெற்றவரே!
மகாத்மா காந்தியிடம் நெருக்கமாக இருந்தவரே!
தன்னுடைய உரை மூலம் மக்களை எழுச்சியுறச்
செய்தவரே!
நம் நாட்டிற்கு விடுதலை கிடைத்தே தீர வேண்டும் என்று
போராடியவரே!
மகாத்மா காந்தியின் நெருங்கிய சீடராக விளங்கியவரே!
ஒத்துழையாமை இயக்கத்தில் கலந்து வீரமாகப்
போராடியவரே!
சமூக சீர்திருத்தங்கள் பணியில் ஈடுபட்டவரே!
மாணவர்கள் மீது அளவற்ற அன்புகொண்டவரே!
மக்கள் மனதில் நீங்கா இடம் பிடித்தவரே!
அவர் தான் எங்கள் தலைவர் ஆச்சார்ய கிருபளானியே!

செ. கமலேஷ்,
எட்டாம் வகுப்பு,
சண்முகா தொழிற்சாலை அரசினர்
மேல்நிலைப்பள்ளி, திருவண்ணாமலை.

17.அல்லூரி சீதாராம இராஜு

அழகாகக் குதிரையேற்றம் செய்வதில் வல்லவரே!
ஆங்கிலேயரால் துப்பாக்கியால் சுடப்பட்டவரே!!
இந்தியப் பழங்குடி மக்களுக்கு விழிப்புணர்வை
ஏற்படுத்தியவரே!!
ஈன்ற பெற்றோர் வெங்கட்ராம இராஜு மற்றும்
சூரியநாராயணம்மாவுமே!!
உள்ளூர் மக்களால் " மானியம் வீருடு'(காடுகளின்
நாயகன்) என்று பாராட்டப்பட்டவரே!
ஊர் மக்கள் வைத்த கல்லறை இன்னும் கிருட்டிணா தேவி
பேட்டையில் அமைந்துள்ளதே!!
எளிதாக வாழ்க்கை நடத்தி 18வயதிலேயே
சன்னியாசியானாரே!!
ஏட்டுக் கல்வி மட்டுமன்றி ஜோதிடமும் கற்றவரே!!
ஒரு மாயாஜால சக்திகள் மற்றும் புனித அந்தஸ்தும்
பெற்றவரே என மக்களால் புகழப்பட்ட வரே!!
ஓர் கிராமத்தில் சிந்தப்பல்லி காட்டில் ஆங்கிலேயரிடம்
சிக்கியவரே!!
ஔடதமும் மூலிகையும் கற்றவரே!!
இஃது அனைத்திற்கும் மேலாக நாம் அனைவரும்
போற்றக்கூடிய தியாகிகளில் ஒருவரே!!
இவருக்கு வீரவணக்கம் செலுத்துவோமே!!

திருமதி.ஒ.அமுதா முருகையன்,
சேலம் மாவட்டம்.

18.அன்னி பெசண்ட்

பிறந்த மண்விட்டு எங்கள் மண் மீட்க வந்த பெரும்புயலே
குவலயம் காக்க குடும்பம் களைந்த பேரலையே
அயர்லாந்து உதித்து எங்கள் அகத்தில் நிறைந்தாய்
குதிரையேற்றம் வில்வித்தையில் சிறந்தாய்
பிரம்மஞானசபைக்கு
அழகு சேர்த்தாய்
மிதவாதம் தீவிரவாதம் பிரிவினைக் களைந்தாய்
சுயாட்சி இயக்கம் சுயமாய்த்   தேர்ந்தாய்
இந்தியருக்காக ஆங்கிலேயரை எதிர்த்த ஆங்கிலப்
பெண்ணே
இரக்கம் மிகுந்த இதயத்தின் கண்ணே
ஆட்சி நடத்தும் தகுதி இந்தியருக்கு உண்டு
அதை நிஜமாய் உணர்ந்த அழகு பெண்டு
சிறையின் வாசத்தால்
மக்கள் நெஞ்சில் பேரானாய்
உள்ள துணிவைக் காட்டி அகிலத்தில் சீரானாய்
போற்றாத தலைவரில்லை புகழாத மனிதரில்லை
இந்திய சுதந்திரத்தையே பேனாவும் வடித்தது
அடிமையை உடைப்பதே உனக்கும் பிடித்தது
மங்கையர்க்காய்
மாதர் சங்கம் தந்த மணிவிளக்கே
பெண்மையின் உச்சம் உணர்த்த வந்த ஒளிவிளக்கே
மதத்தை நம்பவில்லை மனிதத்தை நம்பினாய்
மனிதத்தை நம்பி மங்காப் புகழ் பெற்றாய்

முனைவர் செ.ஐடா
கன்னியாகுமரி.

19.அரவிந்தர்

அன்றுமுதல் இன்றுவரை
அன்னை பாரதத்தில்
அருமைத் தலைவர்கள்
அரும்பி மறைந்தார்கள்!
அனைவருமே வாழ்க்கையினை
ஆழ்ந்து சிந்தித்து
அறிவார்ந்த வழிகளை
அள்ளி அள்ளிக் கொடுத்தார்கள்!

வங்கத்தின் திலகமாம், வனப்புமிகு
எழில்நகராம் புரட்சி சிங்கங்களை ஈன்றெடுத்த
புண்யபூமி கல்கத்தா!
அங்கு உதித்த, அருள் பெற்ற, ஆன்மீகத்தை
அகழ்ந்தாய்ந்த தங்கமகன் அரவிந்தர் தரணியிலே புகழ்
பெற்றார்!

சூரியனே எங்கள் ராச்சியத்தில் மறைவதில்லை என்று
சூளுரைத்த, வீரிய பூமியாம் இங்கிலாந்தில்,
விடிவெள்ளியாய் கற்றெழுந்த ,
பாரினிலே மாந்தர்க்கு பண்பான தத்துவத்தை
சீராக எடுத்துரைத்த சிகரமன்றோ அரவிந்தர்!

சூழ்ச்சியின் வடிவம், சுதந்திரத்தின் எதிரி, கர்சன்
வங்கத்தை தாழ்ச்சி செய்ய
முயன்று, தரமற்ற வழிதனிலே, வங்கம் வீழ்ச்சியுற
பிரிவினையை விரைந்து செயலாற்ற, எதிர்த்து, எழுச்சி
நாயகனாய் ஏகினார் சிறைச்சாலை!

சீரிய மனிதர்களை, சிறைச்சாலை என்ன செய்யும்?
ஓய்வறியா சூரியனாய் உணர்ந்து கற்றார்
பல நூல்கள்!
காரிய வீரனாய் கணக்கற்ற விடயங்களை!
பாரினில் மாந்தர்க்கு பல நூற்கள்
ஆக்கித் தந்தார்!

அமைதிக்கோர்
ஆலயம்! ஆன்மீகக் கோபுரம்! அழகுப் புதுவையிலே
ஆலயம் ஒன்று அமைத்தார்!
ஆன்மீகப் பணிகளிலே அயராமல் ஈடுபட்டு
மாண்புள்ள மனிதராய்
மங்காப் புகழ் பெற்றார்!

முனைவர் சு.ஆ.பழனிச்சாமி
முன்னாள் ஆங்கிலத் துறைத் தலைவர்
நந்தா கலை மற்றும் அறிவியல் கல்லூரி
ஈரோடு.

20.அஜய் கோஷ்

அரசியல்வாதி மற்றும் விடுதலைப் போராட்ட வீரரே!!
ஆரம்ப கால வாழ்க்கையை கிராமத்தில் துவக்கிய
வீரரே!!
இந்தியாவின் மேற்கு வங்க மாநிலத்தில் வர்தமான் என்ற
மாவட்டத்தில் மிகி மிகிஜம் கிராமத்தில் பிறந்தவரே!!
ஈன்ற தந்தை மருத்துவரன்றோ!!
உறுப்பினராக இந்துஸ்தான் சோசலிசக் குடியரசின்
அமைப்பில் இருந்தவரன்றோ!!
எளிமையும் வீரமும் நிறைந்தவரே!!
1926 இல் அலகாபாத் பல்கலைக்கழகத்தில் நுழைவதற்கு
முன் கோஷ் பகத்சிங்கை சந்தித்தவரே!!
தந்தை மருத்துவருடன் கான்பூருக்குச் சென்றவரே!!
1931இல் சிறையில் அடைக்கப்பட்டவரே!!
சிறையில் சீனிவாஸ் சர்தேசாயுடன் தொடர்பு
கொண்டவரே!!
விடுதலையான பிறகு இந்திய பொதுவுடைமைக்
கட்சியில் சேர்ந்தவரே!!
இவரைப் போன்ற தியாகிகளை வாழ்த்தி
வணங்குவோமே!!

அ.மு.வித்யா சாரா, ஒன்பதாம் வகுப்பு ,சேலம்
மாவட்டம்.

21.அம்புஜத்தம்மாள்

அன்னை கஸ்தூரிபாயால் எளிமையான வாழ்க்கையால்
ஈர்க்கப்பட்டவளே
பிற்போக்கு சிந்தனைகளுடைய குடும்பச் சூழலை
விடுத்து
நாட்டு விடுதலைக்காகப் பாடுபட்டவளே
பெண்ணடிமைக்கு எதிராகப் போராடியவளே
பாரதி பாடல் மூலம் விழிப்புணர்வைத் தூண்டியவளே
அந்நிய துணி விற்கும் கடைக்கு முன்பே
மறியல் போராட்டம் நடத்தியதால் வேலூர் சிறையில்
அடைக்கப்பட்டவளே
தான் கற்ற மொழியை பிறருக்கு கற்றுக் கொடுத்தவளே
ஹிந்தி போதித்ததால் சேவையைப் பாராட்டி
இந்திய அரசு பத்பஶ்ரீ பட்டம் வழங்கியதே
ஹிந்தி பிரச்சார சபாவின் வளர்ச்சியில் முக்கிய
பங்காற்றியவளே
காந்தியடிகளின் தத்தெடுக்கப்பட்ட மகள் என்ற
செல்லப் பெயர் பெற்று சிறப்படைந்தவளே
தந்தையின் பெயரோடு காந்தியின் பெயரை இணைத்து
சீனிவாச காந்தி தொண்டு நிறுவனத்தை அமைத்தவளே
அன்பு ,தேசபக்தி ,தெய்வபக்தி ,சமூக நலப்பணி
சேர்த்து ஆபரணமாக அணிந்தவளே
தமிழக அரசு சாலை ஒன்றிற்கு இவரது பெயரை
சூட்டியதே
செல்வச் செழிப்போடு வளர்ந்த போதிலும்
எளிமையை கைவிடாது தேசநலனும்

பெண்கள் நலனும் முக்கியம் என இறுதிவரை
வாழ்ந்தவளே
தமிழர்கள் நினைவில் நிறுத்த வேண்டிய முன்னோடி
அம்புஜத்தம்மாள்.

ம.செ. அ.பாமிலா
பேகம்,நாகர்கோவில்,கன்னியாகுமரி.

22 .இராசேந்திர பிரசாத்

மகாதேவ் கமலேஸ்வரி ஈன்றெடுத்த இந்தியச் சிங்கமே....
பாரத விடுதலை போராட்டத்தில் பங்கெடுத்த தங்கமே...
முதுகலைப் படிப்பில் சிறந்து விளங்கி தங்கம் பெற்றாய்...
வழக்கறிஞராய் மிளிர்ந்து முனைவர் பட்டம் பெற்றாய்...

சுதந்திர போராட்டத்தில் உன் பங்கு அளப்பரியது...
வெள்ளையனே வெளியேறு என்றதனால் சிறை
தண்டனையானது...
மகாத்மாவின் கொள்கைகளோ உனை ஈர்த்தது...
ஒத்துழையாமை இயக்கத்தில் அது உனை இணைத்தது...

வந்தே மாதரம் முழங்கிடவே முடிவு எடுத்தாய்...
வழக்கறிஞர் பதவியை அதற்காகவே துறந்தாய்...
ஆங்கிலவழிக் கல்வியை அறவே வெறுத்தாய்...
அந்நியனை விரட்டுவதை அயராது தொடர்ந்தாய்...

குடியரசு பெற்றபின் முதல் குடிமகனானாய்..
ஒருமித்த கருத்தோடு இரண்டாம் முறையும்
நாற்காலியில் அமர்ந்திடலானாய்...
இதுவரை ஒருவரும் இதுபோல் தொடரவில்லை ...
வரலாற்று ஏடுகளில்
பதிந்திடவே அமையப் பெறவுமில்லை.....

பன்னிரெண்டு ஆண்டுகள் உன் பணி சிறப்பானது...
பாரத்ரத்னா நீ பெற்றதில் அது துல்லியமானது....
சிறந்ததொரு குடிமகனாய் வாழ்ந்தே சென்றாய்....
பாரத மக்கள் மனதில் என்றும் நிலையாய் நின்றாய்...

கவி.காயத்ரிசுந்தர்,
தமிழ் ஆர்வலர், சென்னை.

23.இராணி இலட்சுமிபாய்

அழகான குடும்பத்தின் அரிய பொக்கிஷமே
எங்கள் மணிகர்ணிகா

குடும்பத்தில் ஒற்றைப் பெண்
பிள்ளையாக ஜனித்த பெண் பிள்ளைக்கு
மணிகர்ணிகா என்ற லட்சுமி பாய்
என திரு நாமம்
சூட்டி மகிந்தனரே..

வாள் வீச்சிலும் குதிரை ஏற்றத்திலும்
அக்கால அரசிளங்குமரன்களுக்கு
சிம்ம சொப்பனமாகத் திகழ்ந்தவர்!

ஜான்சி நாட்டின் கோமகனை மணந்ததால்
ஜான்சி நாட்டின் மகாராணியாராக மகுடம் சூட்டினாரே....

தன் மணிவயிற்றில் உதித்த
மகன் விண்ணுலகம் சென்றவுடன்
அரசாள ஆண் மகவைத் தத்தெடுத்து
அக்குழந்தையை சீரும் சிறப்புமாக வளர்த்த தாய்மை
மிகுந்தவர்!!

தன் மணாளனின் மறைவிற்குப் பின்
தன் மகனை அரசாளச் சொன்னவர்!!

ஆனால் தத்து பிள்ளையை வாரிசாக்க
கூடாது என்று பிரிட்டிஷ்காரர்களின்
அராஜகத்தால் தானே அரியணையில்
அமர்ந்து பிரிட்டிஷ் வன்முறைக்கு
முதன் முதலில் குரல் கொடுத்து
எதிர்த்து நின்ற வீரப்பெண்சிங்கம்!!!

இவரின் நல்லாட்சியைக் கண்டு
கொதித்தெழுந்து போர் புரிய வந்த பிரிட்டிஷ்காரர்களின்
கொடுமைக்கு முற்றுப்புள்ளி வைத்தவர்!

தன் படைகளில் பெண்களுக்கும்
பயிற்சி கொடுத்து பெண் வீராங்கனைகள் படையுடன்
பிரிட்டிஷ்காரனை ஓட ஓட விரட்டி
அடித்த சூறாவளி போன்றவர்!!

தன் கையே தன் கண்ணைப் பதம் பார்த்தது போல் ஒரு
கட்டத்தில் தன் படை வீரர்களின் சில எட்டப்பன்களால்
வீரமரணம் அடைந்த வீரமங்கை!!

வீரத்திலும் தைரியத்திலும் மறுவடிவம்
இந்தியாவின் சுதந்திர போராட்டத்தியாகி நமது
வீரபெண்மணி
நமது ஜான்சி ராணியான லட்சுமி பாய்!!!

கவிதாயினி த.சுமதி தசரதன்,
சென்னை.

24.இரட்டைமலை சீனிவாசன்

இந்திய மக்கள் வளமுடன் ஆனந்தமாய் வாழ
வழிகாட்டிய மாமனிதர்களின் ஒருவர் என்று ஐந்தாம்
ஜார்ஜ் ஆல் பாராட்டப்பெற்றவரே

திவான் பகதூர், ராவ் சாகிப்
என்று பல பட்டங்கள் பெற்று இந்திய நாட்டிற்கு சிறந்த
சேவை புரிந்த மாண்புக்குரியவரே

நிலம் இல்லாத
பட்டியலின மக்களுக்கு
பஞ்சமி நிலங்களை பெற்றுத்தந்த
பட்டை தீட்டப்பட்ட வைரக்கல்லே

நான்கு பக்க வார இதழே
சமூக இதழியலின் முதல் முன்னோடியே
சமத்துவக் காவலனே

பள்ளியில் மணி அடிக்க
பின் வந்து முன் சென்றவரே
கல்வியே ஒடுக்கப்பட்டவர்களின் பேராயுதம் என்று
சொன்னவரே

காந்தியின் தமிழ் கையெழுத்தே
ஆதிதிராவிடர்களின் பள்ளியே
திமுகவின் உதயசூரியனே
அம்பேத்கரின் முன்னோடியே

தமிழகத்தில் தாழ்த்தப்பட்டோரின்
முதல் பட்டதாரியே

பரம்பரை மணியக்காரர்கள் முறையை ஒழிக்க
முயன்றவரே
நீ எதில் இருக்கிறாய் அதில் இருந்தே போராடு எனும்
போராட்டக் குணம் கொண்டவரே போராடியே
வாழ்ந்தவரே

நீலகிரியில் சுத்தமான
காற்றை மட்டுமல்ல
சுதந்திர காற்றையும்
சுவாசித்தாய் கணக்கராக

நீதிமன்றங்களில் ஆவணங்களை மட்டுமல்ல
இந்தியாவிலுள்ள தீண்டாமையும் கோடிட்டுக் காட்டி
புரட்சியாளர்
காந்தி அம்பேத்கரின் தூதுவனே
அஞ்சாத சிங்கம் போன்றவரே ஏற்றத்தாழ்வுகளை
வேரறுத்த உழவனே

வட்ட மேசை மாநாடுகளில்
உலகின் கவனத்தை ஈர்த்தவரே
பூனா ஒப்பந்தத்தில் கையெழுத்திட்டவரே

பொது இடங்களை பொதுவாக மாற்றியவரே
முறுக்கு மீசை தாத்தாவே
தலை வணங்குகின்றோம்

கவிஞர் முனைவர் த. கந்தன், கருகம்பத்தூர்,வேலூர்.

25.இரா. நல்லக்கண்ணு

நெல்லுக்கு வேலியிட்ட தாமிர மண்ணில் பிறந்தவரே!
நெல்லை பதுக்கியதை எழுதினாயே பத்திரிகையிலே!
இருட்டறை வாழ்க்கையும் உனக்கு வெளிச்சமே!
பணத்தை துச்சமென மதிக்கும் குணமுடையவரே!

பாராட்டுவதில் நீயே பார் போற்றும் மனிதன்!
இளவயதில் விடுதலையில் ஈடுபட்டவரும் நீரே!
வெள்ளையனே வெளியேறு என்றாயே
வெள்ளையனிடமே!
கல்லூரியை விட்டு வெளியேற்றவும் பட்டாயே!

விவசாயிகள் போராட்டத்தில் அன்றே இணைந்தவரே!
பதினொரு ஆண்டு சிறையில் கற்றாயே பல பாடமே!
வாசிப்பை நேசிக்கும் புத்தகப்பிரியனே!
மனைவியை தோழனாக பார்த்தவரும் நீரே!

ஒடுக்கப்பட்ட மக்களின் ஒப்பற்ற தோழனும் நீயல்லவா!
செருப்பணிந்து நாங்கள் நடக்க நீயல்லவா காரணம்!
சாதியை ஒழிக்க அவதரித்த நாயகனே!
சுற்றுச்சூழலில் அக்கறை கொண்ட இயற்கை நேசிகனே!

மணல் கொள்ளையை தடுக்க வந்த பூமி காப்பானே!
பாரதியின் மீது பற்று கொண்ட பற்றாளரே!
எளிய வாழ்க்கையே உன் வாழ்வின் அடையாளம்!
தோல்வியில் துவளாத தைரியத்தைக் கொண்டவரே!

ஒவ்வொரு தமிழனும் கற்க வேண்டுமே!
உன் வாழ்க்கை பாடம் பலவற்றையே!

த.பொன் ரேகா,
இடைநிலை ஆசிரியர்,
புதுக்குடி, திருநெல்வேலி மாவட்ட

2

6. உசா மேத்தா

சுதந்திரப் போராட்ட வீராங்கனையே........
குஜராத் மாநிலத்தில் சரசு என்னும் ஊரில் பிறந்த
நித்திலமே......
தத்துவக் கல்வியியல் படித்த படிப்பாளரே.......
அகமதாபாத்தில் மகாத்மா காந்தியை சந்தித்த
சிந்தனையாளரே......
எட்டு வயது இருக்கும் போதே சைமன் குரலுக்கு எதிராகக்
குரல் கொடுத்தவரே.......
பல போராட்டங்களில் கலந்து கொண்டு பல
துன்பங்களை தாங்கிக்கொண்டவரே.......
தம் வாழ்நாள் முழுவதும் கதர் புடவையை மட்டுமே
உடுத்தியவரே..........
இந்திய அரசின் உயரிய விருதான பத்ம விபூசண் விருது
பெற்றவரே.........
சுதந்திரப் போராட்ட இயக்கத்தில் பங்குகள் பல
பெற்றவரே......
அவரது குரலில் முதலில் ஒலிபரப்பப் பட்ட முதல்
சொற்கள்........
நீங்கள் கேட்டுக்கொண்டிருப்பது காங்கிரஸ்
வானொலியாகும் என்று கூறியதாகும்.......
அரசியல் மற்றும் சமூக பணிகள் பல செய்தவரே.........
இந்தியா சுதந்திரம் பெற்ற அன்று படுக்கையில்
இருந்தவரே..........
அவர் எழுப்பிய முதல் கோஷம்.......
திரும்ப போ சைமன் என்ற முழக்கமே....
செய் அல்லது செத்து மடி என்ற மகாத்மா காந்தியின்
வழியில் வாழ்ந்தவரே.....

எண்பது வயதில் இந்த புவியை விட்டு மறைந்த சுதந்திரத் தியாகியே........

ரெ.செளந்தர்யா, இளங்கலை தமிழ் இலக்கியம்
மூன்றாம் ஆண்டு, நேரு நினைவுக் கல்லூரி,
புத்தனாம்பட்டி, திருச்சி.

27.உதம் சிங்

பிரிட்டிஷ் இந்தியாவின் பிதாமகனே..

வம்பிழுத்த பிரிட்டிஷ் காரனையெல்லாம்
வாஞ்சையோடு எதிர்த்தவரே..

பஞ்சாபில் பிறந்த பகுத்தறிவாளனே..

ரெளலட் சட்டத்தால் ரெளத்திரம் பழகியோனே.

ஜாலியனில் நடந்த கொலைகளால்
நெருப்பாய் எரிந்த சூரியனே..

பகத்சிங்கின் நண்பனே
தேசம் காக்க உதித்த கொம்பனே..

மதத்தால் பிரிக்க முடியாத மாவீரனே..

அறிவிப்பின்றி சுட ஆணையிட்டவனை
அழிக்க பிறந்த அசுரனே..

பிரிட்டிஷ் பத்திரிகைகளுக்கு
பீதி கிளப்ப உதித்தோனே..

காஷ்மீர் வழியாக லண்டன் சென்று
ஓ டயரை சுட்டுவீழ்த்தியோனே..

ஓ டயரை காவு வாங்கிய   கருப்பு சாமியே..

பிரிட்டிஷ் வழக்காடு மன்றத்தில்
கர்ஜித்த கர்மவீரனே..

லண்டனை நடுங்க வைத்த நாயகனே..

கடைசி ஆசையாய் தனதுடலை
லண்டனில் விதைக்க சொன்ன அசுரனே..

இங்கிலாந்தில் ஆறடி மண்ணை அபகரித்த
பெருமைக்குரியோனே..

வரலாறு உன் வீரத்தை வாழ்த்தாவிட்டாலும்..

நாங்கள் வாழ்த்துகிறோம்..

பார் உள்ளவரை
வாழ்க பாரதம்
வாழ்க நின் புகழ்

ஆ. பஞ்சவர்ணம்,ஆசிரியர் பயிற்றுநர்,
நாமக்கல் மாவட்டம்.

28.எம்.என்.ராய்

இந்தியத்தாயின் சிறப்புமிக்க மாநிலமான பல வீர
புதல்வர்களை ஈன்றெடுத்த வங்காள மாநிலத்தில்
பிரித்தானிய மாகாணத்தில் பிராமணக் குடியில்
பிறந்தவர்!
இந்தியத்தாயின் புதல்வர்!
வங்கத்தொழில் கழகத்தில் பொறியியல் மற்றும்
வேதியியலும் கற்றவர்!
தன் சொந்த செலவில் தொடர்ந்து படித்து தன்
அறிவினைப் பெருக்கிக் கொண்டவர்!
பிரித்தானிய அரசுக்கு எதிராகப் போராடி இந்திய
விடுதலை பெற வேண்டும் என போராடியவர்!
பங்கிம் சட்டர்சி விவேகானந்தர் ஆகியோரின்
துடிப்புமிக்க எழுத்துக்களைப் படித்து மேலும் தேசிய
உணர்வினைப் பெற்றார்!
ஆயுதப் புரட்சி மூலம் மாற்றம் காண முதலில்
விரும்பியவர்!
இந்தியர்களுக்குத் தனி அரசியல் அமைப்பு சட்டம்
வேண்டும் என விரும்பியவர்!
பொதுவுடைமை கட்சியை உருவாக்கினார்!
பொதுவுடைமை கருத்துக்களை சீனா போன்ற நாடுகளில்
பரப்பினார்!
சுபாஷ் சந்திராபோஸ் நேரு ஆகியோரை சந்தித்துப் பேசி
காங்கிரசில் சேர விரும்பியவர்!
காந்தியடிகளின் தலைமையை விரும்பாதவர்!

இந்திபெண்டண்ட் இதழுக்கு சொந்தக்காரர்!
"மனிதநேயம் " என்ற கொள்கைக்காக தன் இறுதி நாளில்
போராடியவர்!
எம். என். ராய்

அவர்கள் நம்மை விட்டு பிரிந்தாலும் அவரின் தியாக
உணர்வு என்றும் நம்மை விட்டு விலகாது ஒரு போதும்!
"வந்தே மாதரம் "

கு. ஜெயபாப்பா, கன்னியாகுமரி

29.எம்.கே.மீரான்

இயற்கை எழில் எங்கும் நிறைந்து இருக்க
பசுமையான சோலையில் பறவையினங்கள்
கொஞ்சியிருக்க!
பூந்தென்றல் வீசி வர
காட்சி தரும் தேனி மாவட்டத்தில் உத்தமப்பாளையத்தில்
குலாம் மைத்தீன் தங்கம்மாள் பெற்றெடுத்த தவ
புதல்வரே!
சிறு வயதிலேயே நாட்டின் மீதுப் பற்று கொண்டவரே!
போடியில் பள்ளிப்படிப்பை முடித்தவரே!
சென்னையில் கல்லூரிப் படிப்பினை முடித்தவரே!
ஆய்வாளராக பணியாற்றியவரே!
மக்களை துன்பறுத்த கோரிக்கை வந்த போது தன்
வேலையிலிருந்து விலகியவரே!
ஏழை மக்களின் கண்ணீரை துடைக்கப் பாடு பட்டவரே!
இரக்கம் கொண்டவரே!
தனி நபர் சத்தியா கிரகப் போராட்டத்தில் ஈடுபட்டு
ஆங்கில அரசுக்கு எதிராக போராடியவரே!
ஆங்கிலேயருக்கு எதிராக போராடி தந்திக் கம்பிகளை
அறுத்தல் அவர்களுக்கு எதிராக துண்டு பிரசுரங்களை
விநியோகம் செய்தவரே!
அதற்காக சிறையில் அடைக்கப் பட்டவரே!
"வெள்ளையனே வெளியேறு " இயக்கத்தில் ஈடு பட்டவரே!
அதனால் பல இன்னல்களுக்கு ஆளாகி கைது
செய்யப்பட்டவரே!
எத்தனை இன்னல்கள் உன்னை சூழ்ந்த போதும் மனம்
தளராதவராய் போராடியவரே!

உம் புகழ் இவ்வையகம் கூறும்!...
தமிழன்னை தான் எத்தனை வீர புதல்வர்களை
ஈன்றுள்ளாள்!
என் தமிழன்னைக்கு தான் அனைத்து பெருமையும்!!....

ரெ. திலக், கன்னியாகுமரி .

30. எம்.பக்தவத்சலம்

தமிழ்நாட்டின் முதலமைச்சராக
நல்லாட்சி புரிந்தவரே!
காமராஜருக்கும் அண்ணாவிற்குமிடையே
நட்சத்திரமாய் ஜொலித்தவரே!
விடுதலைப் போராட்ட
வீரராய் திகழ்ந்தவரே!
போராடியதற்கோ அமராவதி
சிறையில் அடைக்கப்பட்டவரே !
எண்ணற்ற இன்னல்களை
எங்களுக்காய் அனுபவித்தவரே!
நிருவாகத் திறனை திறம்பட வெளிப்படுத்தியவரே!
வகுப்புகளைத் தமிழில் நடத்துவதற்கு
மானியங்களை அளித்தவரே!
சட்டத் திருத்தத்தைக்
கொண்டு வந்தவரே!
ஏழைகளின் கண்ணீரும்
வறுமையும் போக்கவே
ஐந்தாண்டுத் திட்டங்களை
நிறைவேற்ற துடித்தவரே!
மனிதநேய உணர்வோடு
வாழ்ந்து காட்டியவரே!
விடுதலைக்குப் போராடி
இன்னுயிர் கொடுத்து
காந்தி மண்டபத்தில்
உறங்கச் சென்றவரே!
நின் நினைவாய்
மார்பளவு சிலையுமுள்ளதே அங்கு!
திறமையிலும் தியாகத்திலும்
குறைவில்லா காந்தியவாதியே!
மக்கள் மனதிலே நிலைத்து
வரலாற்றுப் பாடமானவரே!

கவிஞர் பாரதி பாஸ்கி, காரைக்குடி.

31.எல்.கே.துளசிராம்

சௌராட்டிர சமூக மக்களுக்கு, முன்னோடி ....,
சட்டம் பயின்று,
சௌராட்டிரர் சமூகத்து, இரண்டாவது பட்டதாரி ...,
சமூக சேவை, சட்ட துறை,
அரசியல், கல்வி, என முன்னோடியாக வாழ்ந்து .....,
நீதிக்கட்சியில் தன்னை இணைத்துக் கொண்டு,
செய்த சீர்திருத்தங்கள் பற்பல....,
இந்திய விடுதலைப் போராட்டத்தில்,
" இந்திய மண்ணை விட்டு வெளியேறு "
என போராட்டங்கள் ....,
சட்டசபையில் பாரதியாரின் பாடல்களைப் ....
துணிச்சலாக பாடினார் ....

சௌராட்டிர மக்களின் முன்னேற்றத்திற்காக
பாடுபட்டவர் ....,
தொழில்நுட்பபள்ளி துவக்கம் ....
திராவிடர் பல்நோக்கு பொறியியல் நிறுவனம் ....,
கூட்டுறவு வங்கிகள், சபைகள்,
கிளப்புகள் என தமது சமுதாய மக்களின்
முன்னேற்றத்திற்காக
அரும்பாடுபட்டவர் ......,
சாயத் தொழிலில் நவீன தொழில்நுட்பத்தின் தொடக்கம்
....,
ஏழை கைத்தறி நெசவாளர்களின் உரிமைகளை,
போராடி மீட்டு தந்த போராளியாக .....,
மின் விளக்குகள் ....,
கழிவுநீர் பாதாள சாக்கடை திட்டம் ...,
இந்திய மக்களுக்காக, அவருக்கு
" இராஷ்டிர பந்து " பட்டம் ...,
இவரின் சமுதாயப் பணியின்

பிரதிபலனாக செளராட்டிர மக்கள்
தங்கள் ஆண் குழந்தைகளுக்கு இவரின் பெயரை
பெயரிட்டு கௌரவப் படுத்தினார்கள் ....,
இந்திய விடுதலையின் உணர்ச்சியை
மக்கள் அறிய பாடுபட்டவர் ....,
தமிழ் மொழியின் வளர்ச்சிக்காக ..,
பெரும்பாடுபட்டவர் -
என போற்றப்படுபவர் .....,
முன்னோடியாக திகழ்பவர் .....,
கல்வி மற்றும் அரசியலின் ... முக்கியத்துவத்தை
மக்களுக்கு அரிய செய்தவர் ...,
என நாட்டு மக்களின்
சுதந்திரத்திற்காகவும் ..,
நலத்துக்காகவும் ...,
தன் வாழ்க்கையின் முழு நேரத்தையும் ....,
மக்களுக்காகவே செலவிட்டவர்,
தன் சமுதாய முன்னேற்றத்திற்காகவும் ..,
சிறப்பாக செயல்பட்டவர்,
முன்னோடியாகவும் ..,தியாகியாகவும் ...,
இன்றும் மக்களின் மனதில்
நீங்காயிடம் பெற்றவர்,
நமது விடுதலைப் போராட்ட வீரர்,
தியாகி,ஸ்ரீ லகுடுவா. கே.துலசிராம்.

வீ.வினய் சந்திரா, சென்னை.

32.என்.சங்கரய்யா

விடுதலைப் போராட்ட வீரர் இவர்//
வித்தைகள் புரிந்திட்ட சித்தர் இவர்//
அடித்தட்டு மக்களுக்காக உழைத்தவர்//
ஆங்கில ஆட்சியையும் எதிர்த்தவர்//
தீண்டாமை வேண்டாம் என பாடுபட்டார்//
திரும்பிய பக்கமெல்லாம் சமதர்மம் கண்டார்//
நூறாண்டு கண்ட தலைமகன் இவரே//
ஓராண்டுகூட ஓய்வறியா உத்தமரும் இவரே//
கல்லூரிக் காலத்திலேயே கலவரங்கள் கண்டவர்//
காட்சிகளை நலமாக்க கருத்துடன் உழைத்தவர்//
நேதாஜியுடன் இணைந்து நாட்டுக்காகப் பாடுபட்டார்//
நேர்மையுடன் வாழ்ந்து நெருக்கடிகளைச் சமாளித்தார்//
வேலூர் சிறையில் அடைக்கப்பட்டார்_அப்போது//
மேலான தலைவர்களுடன் நட்பு கொண்டார்//
வெள்ளையனே வெளியேறு என முழங்கினார்//
வெளியே வராமல் முகம் மறைத்தும் புழுங்கினார்!//
தடை செய்யப்பட்ட கட்சியிலும் விடைபெறாமல்
உழைத்தார்//
இந்திய கம்யூனிஸ்ட் கட்சியிலிருந்து//
மார்க்சிஸ்ட் கம்யூனிஸ்ட் உருவாகப் பாடுபட்டார்!//
மதுரை மேற்கின் சட்டமன்ற உறுப்பினரானார்//
மக்களின் உரிமைக்காக மென்மேலும் பாடுபட்டார்//
தீக்கதிர் இதழில் ஆசிரியர் பணியேற்று//
தீண்டாமை ஒழிப்பு சமத்துவம் சம தர்மத்துக்காக குரல்
எடுத்தார்!//
சுயநலம் ஏதுமின்றி மக்களுக்காக உழைத்து//

சுயம்புவாக நிற்கும் அவரைப் போற்றுவோம்//
தலைவர்கள் என்றால் இவரைப்போல் வரவேண்டும்//
தனது தமிழகத்தை உயர்த்தி பிடிக்க வேண்டும்!//

கவிஞர் கவிதா அசோகன்,திருச்சி.

33. திருப்பூர் குமரன்

உழவும் நெசவும் போல தீரன் சின்னமலையும்
திருப்பூர் குமரனும் கொங்கு நாட்டின் இரு கண்கள் ....!
மனிதர்களின் மானம் காக்கும் நெசவு தொழில்
புரியும் சென்னிமலையில் நீ பிறந்ததனால் தானே
கொடியேந்தி நம் தேசத்தின் மானம் காத்தாய்......!
கைத்தறியில் நூல் நூற்று வாழ்ந்த நாச்சிமுத்து
முதலியாரும் கருப்பாய் அம்மாளும் சேர்ந்து
நூற்ற தேசத்தின் குழந்தை நீ ....!
அக்டோபர் 1904 - ல் அவதரித்தாய்...!
வறுமை உன் குடும்பத்தை வாட்டியெடுத்தாலும் தேசம்
சார்ந்த செய்திகளே உன் செவிவழி உணவாயிற்று....!
குடும்பத்தின் வறுமை நீங்க பாவோடி, கஞ்சி தோய்ந்து
சேலை நெய்து சென்னிமலைக்கும் ஈரோடுக்கும்
தலையில் சுமந்து அலைந்தவன் நீ ...!
சுதந்தர இந்தியாவில் இன்னும் உன் வழித்தோன்றல்கள்
ஒட்டிய வயிறோடு நெசவுத் தொழில் புரிகின்றனர்
உன் மண்வாசனையை சுமந்தவாறு ....!
நெசவுத்தொழில் வருமானம் வாய்க்கும் - வயிற்றுக்கும்
எட்டாக்கனியாகவே இருந்ததால் வாழ்வு மாறுமென
திருப்பூருக்கு குடும்பத்தோடு குடிபெயர்ந்தாய் .....!
பத்தொன்பது வயதில் பதினாலு வயதான இராமாயி
வாழ்க்கை துணைவியானார்.....! வாலிபத்தின் வசந்த
அழைப்புகளை விட தேசபந்து வாலிபர் சங்கமே
உன் வசந்த மண்டபமாயிற்று...

வாரிசு வேண்டுமென ஆசைப்படாமல் வாழும்
மனிதர்களுக்கு சுதந்திரம் வேண்டுமென
ஆசைப்பட்டவன் நீ......! சட்ட மறுப்பு இயக்க
ஊர்வலத்தில் எழுச்சி நாயகனாய் திருப்பூர் வீதிகளில்
சிங்கமாய் சிலிர்த்தெழுந்தவன் நீ ...!
நீ தூக்கி சென்று இரத்தம் சிந்தியதால் தானே
இன்று தேசியக்கொடியும் பெருமை பெற்றது....!

தலையில் தடிகளும் உடம்பில் பூட்ஸ்களும்
புரட்டி புரட்டி எடுத்தாலும் துடிக்கும் மீசையாய்
சிலிர்த்து பறந்தது கொடி உன் கரங்களில் ....!
கொடியை கீழே விழாமல் தாங்கி பிடித்தது உன்
தேசிய உணர்வு .....! உயிரை பிடுங்குவதும்
கொடியை பிடுங்குவதும் ஒன்று என நிரூபித்தவன் நீ...!
மண்ணுக்கு சுதந்திரம் கிடைக்க மண்ணில் ரத்தம்
சிந்தினாய் மனிதர்களுக்கு .....? உன்போன்ற சுதந்திர
போராட்ட தியாகிகளால் தேசியக்கொடி ஆகாயத்தில்
பறக்குது பெருமையுடன் இன்னும் மாறவில்லை
இந்தியத் திருநாட்டில் உழவனும் நெசவாளனும்
கட்டியுள்ள கோவணங்கள் .....! இன்று
தேசியக்கொடியிலிருந்து விழும் மலர்கள்
அன்று உன்போன்ற தியாகிகளின்
மனைவிகளின் கூந்தலில் இருந்து
விழுந்தவையன்றோ ....?
இளைய சமுதாயமே இதை
நீ உணரும் நாள் எந்நாளோ ....?

மு.சங்கீதா,
திருவண்ணாமலை.

34.ஏ.நேசமணி

தமிழன்னை தாலாட்ட!
குமரியில் அலை கடல் சீராட்ட!
தென் தமிழகமாம் குமரியின் புகழ் பேச!
குமரியின் விடுதலைக்கு நீ போராடி
திருவிதாங்கூர் சமத்தானத்துடன் சிக்கி தவித்த குமரி
மாவட்டத்தை அதன் தாயுடன் இணைக்க போராடி
வெற்றி கண்டாய்!
குமரித் தந்தை என சிறப்பிக்கின்றனர்!
மறங்கோணம் கல்குளம் உன் பிறப்பிடம்!
தேசியத்தில் இந்தியானாய்!
வழக்குகளை தொடுப்பவனாய் வழக்குகளில்
வெற்றியாளனாய்!
வழக்கறிஞராய்!
குமரி விடுதலை போராட்டம் பொதுப்பணி இவை உன்
தொண்டுகள்!
நேசமணி அவர்கள் மறைந்து விட்டாலும் அவர் புகழ்
நிலைத்து வாழ்கிறது!
அவரின் புகழ் பேச நான் என் தமிழ் அன்னையிடம்
சொற்களைப் பெற்றேன்!
அவளருளாலே என்றும் அவளின் செல்லப் பிள்ளையாய்
என்றும்......

ரெ. அனுலக்ஷண்யா, கன்னியாகுமரி.

35.ஒண்டிவீரன்

புலித்தேவனின்....
படைவீரனான - நீ,
முதன் முதலில்
விடுதலைப் போராட்டத்திற்கு...,
வித்திட்டவர் - என
ஒண்டியாக சென்று
எதிரிகளை
வீழ்த்தியதால் ......,
ஒண்டிவீரன் ஆனாயோ!

பெரும்படை
வந்தபோதிலும் ..,
அடக்குமுறைக்கு
அஞ்சோம் ..,
என -
உன் உயிரையே ...
துச்சமென தியாகம்
செய்த ...
மாவீரன் நீயன்றோ!

ஆங்கிலேயர்களை
வீழ்த்த ...,
தன் -
இடது கையையே ...
வெட்டிக் கொண்ட - நீ,
உன் -
உதிரங்களை ....
உரமாக்கி ......
நீ -
பெற்றுத்தந்த
சுதந்திரத்தில் ,

நாங்கள் ...
உன் -
தியாகத்தையும் ...,
தீரச் செயல்களையும்,
நமது -
மூவர்ணக்கொடியின்
அசைவில் ...
இன்றும் -
காண்கிறோம்!
வாழ்க பாரதம் !

சினேகா சர்மா, சென்னை.

36.கமலா நேரு

அனைவரும் பாராட்டக்கூடிய இந்திய விடுதலைப்
போராட்ட வீராங்கனை யன்றோ!!
ஆகஸ்ட் மாதம் முதலாம் நாளில் பிறந்தவரன்றோ!!
இந்தியாவின் முதல் பெண் பிரதமராக இருந்த இந்திரா
காந்தியின் அன்னையன்றோ!!
ஈன்றெடுத்த பெற்றோருக்கு மூத்த பிள்ளை இவரன்றோ!!
உண்மையானவராகவும் உணர்ச்சி வசப்படக்
கூடியவராகவும் இருந்தவரன்றோ!!
ஊர் மக்கள் வியந்து போற்றும் ஜவர்கலால் நேருவின்
மனைவி யன்றோ!!
எளிமையான பிராமணக் குடும்பத்தைச்
சேர்ந்தவரன்றோ!!
ஏடுகளில் போற்றக் கூடிய தலைசிறந்த பெண்
குழந்தையை பெற்றெடுத்தவரன்றோ!!
ஐயமின்றி நாட்டின் சுதந்திரத்திற்காக போராடிய
தியாகியன்றோ!!
ஒவ்வொரு தமிழர்களும் பாராட்டக்கூடிய
சாதனையாளரன்றோ!!
ஓர் சரித்திரம் படைத்த தலைசிறந்த பாரதத்தின்
தாயன்றோ!!
ஒளவை மொழி அமுதமொழியில் ஆயிரம் கவி பாட
வைத்தவரன்றோ!!
இஃது அனைத்திற்கும் மேலாக காலம் காலமாக
போற்றக்கூடிய கமலா நேரு அம்மாவை வாழ்த்தி
வணங்குவோம்.

அ.மு.தர்ணிகா ஸ்ரீ, ஏழாம் வகுப்பு ,
சேலம் மாவட்டம்.

37.கமலாதேவி சட்டோபாத்யாய்

பெண்ணியவாதி,சுதந்திர போராட்டத் தியாகி என
பன்முகங்கள் கொண்டு,
வீட்டுக்குள்ளே பெண்ணை பூட்டி வைப்போம் என்ற
பண்பை உடைத்து!
பதினாங்கு வயதில் திருமணம் பதினாறு வயதில்
விதவை,
எனினும் லண்டன் சென்று கல்வி கற்ற பெண் மேதை!
ஆங்கிலேயருக்கு இந்திய நாடே இரையாய் இருக்க,
அதை எதிர்த்து முதல் பெண்மணியாய் சிறையிலிருக்க!
விடுதலைக்காக அங்கும் இங்குமாய் அலைந்த
காலத்திலேயே,
இந்தியாவில் முதல் முதலில் அரசியலுக்காக அலுவலகம்
நிறுவியவர்!
விடுதலை உணர்வை வெளிப்படுத்த வீதிகளை
சொந்தமாக்கினார்,
சுதந்திர வேட்கை தனிய நாடகங்களில் உணர்வை
சந்தமாக்கினார்!
தன் பெயரை நிலைநாட்ட சிறை சென்று துயரம்
கொண்டார்,
பல புத்தகங்களை எழுதி வாழ்வில் உயரம் கண்டார்!
ஆங்கில ஏகாதிபத்யத்தை எதிர்த்த வீர பெண்களுள்
ஒருவர்,
பெயரில் மட்டுமல்ல பெற்ற விருதும் தாமரை தான்(பத்ம
பூஷன்)!

பெண்ணாக பெண் விடுதலைக்கும் மண்ணின் விடுதலைக்கும்,
அயராது உழைத்த மங்கை தான் கமலாதேவி சட்டோபாத்யாய்!

மா.மீரா, இளம்அறிவியல் உளவியல்,
பூசாகோ அர கிருஷ்ணம்மாள் மகளிர் கல்லூரி,
கோவை.

38.வீரபாண்டிய கட்டபொம்மன்

வாஞ்சையுடன் வீரமும் செறிந்த பாஞ்சாலங்குறிச்சி
மன்னன்!
வேட்டை நாயை எதிர்த்து முயல் துரத்திய இடம் தான்!
நீ கை காட்டி,கட்டி எழுப்பிய பாஞ்சாலங்குறிச்சிக்
கோட்டை! எட்டப்பன் துணை கொண்டு!
கட்டாய வரிவசூல் செய்ய திட்டமிட்ட,
முட்டாள் வெள்ளையனுக்கு சிம்ம சொப்பனமாக
திகழ்ந்த எங்கள் கட்டப்பொம்மன்!
வானம் பொழிகிறது பூமிவிளைகிறது! உனக்கு ஏன்
தரவேண்டும் கிஸ்தி?
என்று கேட்டு , கும்பினியாரோடு அன்று நீ போட்ட குஸ்தி
தான் விடுதலைக்கே அடித்தளமிட்டது!
திறை செலுத்தாது, உன் வாளுக்கு இரையாக்கிட, போரிட
இறங்கி! பறங்கியரை ஓட ஓட விரட்டி, தலைகளை
வெட்டி, உருட்டிய, வீரபாண்டிய கட்டப்பொம்மன்!
காட்டிக்கொடுத்த, கயவர்களால் விலங்கு மாட்டி
கொண்டு,
வீதி வழி நீ சென்றாலும் தலைகவிழாது தைரியமாய்
அலையாக திரண்ட மக்கள் முன்னே எதிரிகள்
குலைநடுங்க கர்ஜித்தாயே மனம் கலங்காது, சினம்
தணியாது அஞ்சா நெஞ்சனாய் சென்று தூக்குக் கயிற்றை
முத்தமிட்டு! உயிர் நீத்த மாவீரன் நீ! வீரவணக்கம்.

செ. ஹரிஸ்மிதா, 7 ஆம் வகுப்பு,
உதுமானிய நடுநிலைப்பள்ளி, தூத்துக்குடி.

39.கோபால கிருஷ்ண கோகலே

ஏழ்மையின் பிறப்பிடத்தில் பிறந்தவரே !!!
வெள்ளையர் ஆட்சியை தீவிரமாக எதிர்த்தவரே!!!
நடமாடும் நூலகங்களை ஒருங்கிணைத்தவரே!!!
இந்திய சமூக முன்னேற்றத்திற்காக
அரும்பாடுபட்டவரே!!!
ஆட்டுக்குட்டியைப் போல் மென்மையானவரே!!!
சிங்கம் போன்று வீரம் படைத்தவரே!!!
அரசியல் அரங்கில் நியாயத்தின் பிறப்பிடமாக
திகழ்பவரே!!!
படிகம் போன்று சுத்தமானவரே!!!

தவறினை சுட்டிக்காட்டுவதில் கம்பீரமானவரே !!!
மகாத்மாவால் இவ்வளவு புகழ்ஹாரத்தையும் பெற்றவரே !!!
மகாத்மா காந்தியின் நெறியாளரே!!!
அவரின் நல்வழி காட்டியாகத் திகழ்ந்து பெயர்
பெற்றவரே !!!

உம் கல்வி வளர்ச்சிக்காக குடும்ப உறவுகள் அத்துணை
பேரும் செய்த தியாகங்களே....
உம்மை நல்ல மனிதராக உருவாக்கியது !!!
தான் பெற்ற கல்வி நம்மை சமூகத்தில் பல மாற்றங்களை
உருவாக்கும் என வாழ்ந்து காட்டிய மேதையே !!!
தன்னோடு பல தலைவர்கள் நட்போடு இருப்பினும்
சற்றும் தலைக்கணம் காட்டாத தியாகியே!!!
உம் சுதந்திர தியாகத்தை... மறக்க மாட்டோம் நாங்கள்!!

கவிஞர் முனைவர் செ. ஆயிஷா ,பல்லடம்.

40.கி.த.பச்சையப்பன்

புறப்பாட்டு விழுப்புண்கள் மறவ னாகப்
----புதுச்சேரி நிலம்தன்னில் பூத்த வீரன்
புறமுதுகு காட்டாமல் புதுவை மண்ணில்
----புலியாகப் பிரஞ்சரசை எதிர்த்த தீரன்!
உறவெல்லாம் தமிழென்றே குடும்ப மென்னும்
----உறவுதனை நினையாமல் கால மெல்லாம்
விறகைப்போல் தானெரிந்து தமிழைக் காக்க
----விழிமூடும் வரையுழைத்த தமிழின் செம்மல்!

சீராட்டம் தமிழுக்கே இல்லை யென்றால்
----சீறிவரும் காளையைப்போல் பாய்ந்து சென்று
போராட்ட வீரனாக முன்னே நின்று
----போர்க்களத்தில் பகைவரினை நடுங்கச் செய்தோன்!
வேரான தமிழைஆட்சி மொழியாய் ஆக்க
----வேட்டிவீரன் இவன்சென்னை நகரில் நின்றே
கூரான கத்தியைப்போல் குரல்மு ழிக்கிக்
----குனிதமிழர் மொழியுணர்வில் நிமிரச் செய்தோன்!

தமிழ்பயிற்றும் ஆசிரியர் கழகத் திற்கே
----தலைமையேற்றுச் சலுகைபல பெற்றுத் தந்தோன்
தமிழ்மொழியைக் கல்விமொழி ஆக்கு தற்கே
----தன்னுடலை வருத்தியுண்ணா நோன்பி ருந்தோன்!
தமிழ்வேறாய்த் தான்வேறாப் பிரித்த லின்றித்
----தமிழாக வாழ்ந்திட்டத் தமிழ்ப்பே ராளன்

அமிழ்தான கி.த.ப தமிழ்ப்போராளி
----அவர்வழியில் நடப்பதுவே தமிழன் வாழ்வு!
எண்சீர் கழிநெடிலடி ஆசிரிய விருத்தம்)
பாவலர் கருமலைத்தமிழாழன்,ஒசூர்.

இந்தியத்தின் விடுதலைக்கு வேள்வி செய்தும்
        இந்திமொழி எதிர்ப்புக்குப் போராட் டத்தில்
முந்திநின்ற களவீரர், வாணா ளெல்லாம்
        முத்தமிழின் உயர்வுக்கே வாழ்ந்து சென்று
வந்தபகை எதுவரினும் எதிர்த்தே பின்னும்
        வழுவில்லா புதுச்சேரி விடுத லைக்கும்
நொந்தபல துயரங்கள் வாட்டக் கண்டும்
        நோன்பிருந்து தமிழுரிமைக் காத்தா ராமே'

தனித்தமிழே மூச்சாகக் கொண்ட போதும்
        தாய்நாட்டு விடுதலையே குறிக்கோ ளாக்கி
தனித்திருந்தே பிரஞ்சரசை எதிர்த்தா ரென்றால்
        தழலாகத் தணலாகிக் கொதித்தே நின்றார்
பனிபேச்சுத் தொடக்கத்தில், படைதி ரட்டும்
        பகைக்கூட்டும் போராட அணிய மாக்கும்
நனிவீரம் பெருக்கெடுக்கும் நரம்பெல் லாமே
        நாளெல்லாம் துடித்தெழுமே விடியற் காமே'

தாழுற்ற தமிழரின மேம்பாட் டுக்காய்
        தகவமைத்துத் தன்வாழ்வைப் பதுக்கிக் கொண்டார்

ஈழத்துத் தமிழருக்குக் குரல்கொ டுத்தார்
        இந்தியத்தில் புதுச்சேரி இணைக்கச் சொன்னார்
பாழுற்றுப் போய்விடுமோ தமிழின் மாண்பு?
        பழக்கத்தில் புழக்கத்தில் கொண்டா ரிங்கே
ஆழத்தே புதையுண்ட தமிழர் உரிமை
        அகழ்ந்தெடுக்கப் போராடி வென்றா ரவரே?-

கவிஞாயிறு, துரை, கருணாகரன்.ஆம்பூர்,

41.கே.கேளப்பன்

ஆசிரியராம், பத்திரிகையாளராம் ...,
நாயர் சமுதாய சங்கத்திற்கு தலைவராம் ....,
சாதிக்கும், தீண்டாமைக்கும் எதிராக நின்றவராம் ....,
சுதந்திரப்போராட்ட வீரராம் ...,
அரசியலில் ஈடுபட்டவராம் ....
என பல அவதாரம் எடுத்த உமக்கு ....
அஹிம்சை கொள்கைகளை வழிநடத்திய ....
காந்தியடிகளின் பெயரையே சூட்டிய உமக்கு
" கேரளத்து காந்தி "யாக அறியப்பட்டவராம்!

இந்திய விடுதலை இயக்கத்தால் அறியப்பட்டவராம் ..
நமது இந்திய தேசிய காங்கிரஸில் ...
தம்மை இணைத்துக்கொண்டு இந்திய மக்களுக்காக,
ஆங்கிலேயரின் ஆட்சியை எதிர்த்து போரிட்டவராம்,
முற்போக்கு சிந்தனைவாதியான உமக்கு -
பாரதி கண்ட கனவைப்போல -
சாதியின் ஏற்றத்தாழ்வினைக்கு
எதிராகப் பெரும் பாடுபட்டவர் என அறியப்படுபவராம்!
தன் பெயருக்குப்பின்னால் இருந்த,
தனது சாதியின் பெயரை நீக்கி
முன்னோடியாகத் திகழ்ந்தவராம்!

இன்றும் கேரளத்து மக்களால் ..
வீரத்துக்கும் பெருமைக்கும் எடுத்துக்காட்டாக,
நினைவு தபால் தலையாக அஞ்சல் துறையால்
வெளியிடப்பட்டு ..,
கௌரவபடுத்தப்பட்டவராம்!

நம் இந்திய மண்ணில் கிடைத்த வைரமே,
கேரளத்து காந்தியே உம்மை -
ஈன்றெடுத்த இந்திய தாயே .....,
நம் நாட்டின் சுதந்திரத்திற்காக

போராடிய உமக்கு,
இன்று தியாகிகள் 75 யில்..,
இந்திய மக்கள் அனைவரும் ...
பெருமையோடு நினைவு கூறுகிறோம்!
வந்தே மாதரம்!

விஸ்வ சந்திரா, சென்னை.

42.வேலு நாச்சியார்

பாரத நாட்டின் விடுதலைக்கு பாடுபட்ட
வீர திருவுருவங்கள் பல ருண்டு
பாரே போற்றும் இவரும் உண்டு
ஆம் போர்முனை கண்டு
அஞ்சாமல் நின்ற வென்ற
அஞ்சாமல் நெஞ்சுரம் கொண்டு
ஆட்சி செய்த மாட்சிகள் நிறைந்த
வீரமங்கை வேலு நாச்சியார்
சிவகங்கையை ஆட்சி செய்த வீரமங்கை
சிம்ம சொப்பனம் ஆங்கிலேய அரசுக்கு இந்த தமிழ்
நிலமங்கை
கல்வி கலை ஆட்சித்திறன் ஆளுமை போர்த்திறன்
இவைகளை
ஒருங்கே பெற்றவர் நம் வீரத்தாய் வேலு நாச்சியார்
இப்படி ஒரு அரசியா
எப்படி மறந்தது வரலாறு
மறைத்த காரணம் யாரு

4 கொட்டை சத்குரு சங்கார கொட்டை
எழுவன் கொட்டை பாகனேரி பட்டமங்கலம்
திருப்புவனம் திருப்பத்தூர்
வேலு நாச்சியாரின் அற்புத ஆளுகைக்கு உட்பட்ட
பகுதிகள்
முத்துவடுக தேவரின் முத்தான மனைவி
நாட்டு மக்களின் தனிப்பெரும் தலைவி
ஜான்சி ராணிக்கு 77 ஆண்டுகளுக்கு முன்பாக
எழுச்சியாய் எழுந்தவர் எம் வீரத் தலைவி

ஆங்கிலம் பிரெஞ்சு உருது என மூன்று மொழிகளை
இயல்பாகப் பேசும் இமயம் வீரத்திருமகள் வேலு
நாச்சியார்
உறங்கிய வரை எழுப்பி
பரங்கியரை ஓட ஓட மிரட்டியவர் வேலு நாச்சியார்
ஆங்கிலேயரை எதிர்க்க உருது மொழி பேசி
ஹைதர் அலியின் உதவியைப் பெற்று
உலக வரலாற்றில் முதன்முறையாக
ஒரு பெரும்படையை கொடும் ஆட்சியை எதிர்த்து
களத்தில் நின்று காவியமாய் வென்று சாதித்து மண்ணை
காத்த மாதேவி வீரமங்கை வேலு நாச்சியார்
வெள்ளையனிடம் தன் கை வெட்டுண்ட போதும் காட்டிக்
கொடுக்காத உடையாள் உன்றன் விசுவாசிகள் கொண்டு
குயிலி போன்ற தன்னுயிர் தந்து இந்த மண்ணை காத்த
அற்புத போராளிகளின் படையாக பெண்கள் ராணுவம்
ஆம் உடையாள் படை மூலமாக
நம் மண்ணை காத்த
வான்புகழ் கொண்ட
வீரமங்கை வேலு நாச்சியார் புகழை போற்றி வணங்கும்.

கவிஞர் சு.பாலகிருஷ்ணன்,
மதுரை.

43.சரோஜினி நாயுடு

" சரோஜினி நாயுடு" கவிஞர், எழுத்தாளர், சமூக
ஆர்வலரே ......
"இந்தியாவின் நைட்டிங்கேலான" உங்கள் பிறந்தநாளை
இந்தியாவில் மகளிர் தினமாகக் கொண்டாடுகிறமே.....
உத்திர பிரதேசத்தின் முதல் பெண் ஆளுனரே.....
சுதந்திர போராட்ட வீரர் சிறந்த பேச்சாளர் நம் "பாரதீய
கோகிலாவே' கவிதை எழுதுவதில் சிறந்து விளங்கிய
"கவிக்குயிலே "......
இந்திய அரசியலமைப்பை உருவாக்கியவரே...
இந்தியப் பெண்களை சமையறையில் இருந்து வெளியே
கொண்டு வந்து அவர்களை விழித்தெழச் செய்தவரே......
ஒத்துழையாமை இயக்கத்தில் பெண்கள் சார்பில்
முதலில் இணைந்தவரே.......
காந்திஜியுடன் 21நாட்கள் சிறையில் இருந்து நட்பு
கொண்டதால் அவரால் செல்லமாக "மிக்கி மவுஸ் "என்று
அழைக்கப்பட்டவரே.....
"சுதந்திர இந்தியாவின் முதல் பெண் கவர்னர் "என்ற
பெருமை தட்டிச் சென்றவரே......
1949 ல் தனது அலுவலகத்தில் மாரடைப்பால் இயற்கை
எய்தியவரே.....
உங்கள் தியாகத்தினால் பெற்ற சிறப்பு என்றும்
நிலைத்து நிற்குமே.....

அ. சுப்புலட்சுமி சேலம்.

44.. அண்ணாமலை செட்டியார்

நகரத்தார் கோட்டையிலே நன்மதிப்பாய் வாழ்ந்த ,
பெருமைமிகு தலைவர் நட்புக்கொண்டு,
உடலும் உயிரும் மண்ணுக்கு என்று,
சுதந்திரத்தையே சுவாசமாய் சுவாசித்து,
கக்கன், காமராசருடன் பழகி,
சுப்பிரமணியர், வலம்புரிஜான் என்று பலருடன்,
பல போராட்டங்களில் இணைத்துக் கொண்டு ,
சின்ன அண்ணாமலை பாலத்துரை தேவர், என பலரோடு
சேர்ந்து,
ஆங்கில ஏகாதிபத்தியத்தை வேரோடு அழித்து,
 பத்தாண்டு காலம் சிறை சென்று,
சென்னை காந்தி அருங்காட்சியகத்தில் புகைப்படமாய்
இடம்பெற்று,
பல சரித்திரம் படைத்து,
பலருக்கு ஏணியாய் இருந்து,
1942ல் சுதந்திரம் கிடைத்தது என்று முழங்கி,
தேவகோட்டை திருநகருக்கு பெருமை சேர்த்து ,
என்றும் மக்கள் மனதில் வாழ்ந்து கொண்டிருக்கும்,

தேவகோட்டை தியாகிகள் பூங்காவின் அருகே உள்ள
மணியை,
தினமும் ஒலிக்கச் செய்து சங்குளூதி,
அனைவராலும் அன்போடு ஆர்ச் ராஜா என்று
அழைக்கப்பட்டு,
உயிர்த்தியாகம் செய்தவர் .,
ஐயா திரு ஆர்ச் ராஜா அண்ணாமலை செட்டியார்
அவர்கள்.

முல்லை. அண. காந்தி (எ) ராமசாமி,
தேவகோட்டை.

45.சாவித்ரி தேவி

இந்தியாவில் உயர்தர மக்களுக்கு மட்டும் இருந்த
கல்வியை மாற்றி
ஏழைகளும் கல்விக் கற்கச் செய்தவராம்
ஜோதி ராவ் கோவிந்த புலே கான்டோஜி சாவித்திரி புலே
இருவரும் தம்பதிகளாம்

இந்தியாவில் மறைக்கப்பட்ட பெண் போராளி சாவித்திரி
தேவியாம்
மகாராட்டிரா மாநிலத்தில்
சதாரா மாவட்டத்தில் நைகோன் கிராமத்தில்
பிறந்தவராம்

பணக்கார விவசாயி குடும்பத்தில் வளர்ந்தவராம்
கான்டோஜி நைவஸ் பட்டேல் தந்தையாராம்
அன்னை லட்சுமி பாய் தாயாராம்
தந்தையார் கிராமத்தின் தலைவராக இருந்தவராம்

பெண்களுக்காக முதல் பள்ளிக்கூடம் கட்டியவராம்
கல்வி சேவைக்குப் பரிசு... மனித மலம் வீச்சாம்
சாதியத்தைத் தீயிட்டுக் கொளுத்தியவராம்பெண்
உரிமைக்குக் குரல் கொடுத்தவராம்

விதவைத் திருமணம் ,பெண்கல்விக்குப் போராடிய
சமூகப் போராளியாம்
அரசியல் கவிதை எழுதிய
புரட்சிப் பெண் இவராம்
மராட்டிய மண்ணின் முதல் கவிஞராம்

மராட்டியரின் கவிதைப் போக்கு இவரிலிருந்தே
துவங்குகிறதாம்

இயற்கை ,வரலாறு ,சமூகம் ,கல்விப் போக்குகள் 'காவிய
மலர்கள்' கவிதைத் தொகுப்பாய் வெளி வந்ததாம்
பத்தொன்பதாம் நூற்றாண்டின் சமூகத் தடைகளைத்
தூக்கி எறிந்தவராம்

ஆங்கில அரசால் சிறந்த ஆசிரியர் என பாராட்டும்
பரிசும் பெற்றவராம்
பெண்களின் சேவை மையம் மனித உரிமைகள் சமூக
அங்கீகாரம் கிடைக்க வழிவகை செய்தவராம்
மக்கள் பணியில் இறுதி வாழ்க்கையைக் கழித்தவராம்

பிளேக் நோயாளிகளுக்காக இராணுவத்தில் வேலை
பார்த்த
தன் மகனை மருத்துவமனை அமைக்கச் சொன்னவராம்
பிளேக் நோயாளியையக் காப்பற்ற தூக்கிச் சென்றபோது
மருத்துவ மனை வாசலில் மயங்கி விழுந்து இன்னுயிரை
நீத்தவராம்

மராட்டிய அரசு சனவரி மூன்றாம் நாள் பெண்கள்
தினமாகக் கொண்டாடுகிறதாம்
மத்திய அரசு சாவித்திரி பெயரில் அஞ்சல் தலை
வெளியிட்டு பெருமை சேர்த்ததாம்
சாவித்திரி தேவியின் பெயரில் ஒரு பல்கலைக்கழகம்
செயல்பட்டு வருகிறதாம்

கவிதையின் வரிகளில் சில....
போ கல்வி கல்...
சொந்தக்காலில் நில்...சோராமல் உழை...ஞானத்தை
செல்வத்தை சேர்....
அறிவில்லாமல் போனால் அனைத்தும் அழியும் ஞானம்
இல்லாமல் விலங்காகிப் போவோம் நாம்/

முனைவர் மா. சங்கீதா,
திருச்சிராப்பள்ளி.

46.சந்திரசேகர ஆசாத்

உத்திரப்பிரதேசத்தில் உதயம் ஆனவரே....
அன்னையின் ஆசைக்கேற்ப சமஸ்கிருதம் கற்றவரே....
வில் வித்தை கற்ற வீரரே.....
சிறு வயதில் பாரதத்துடிப்பு உடையவரே.....
ஜாலியன் வாலாபாக் படுகொலை
உம் மனதில் மறையாத ஓர் துயர் அலை....
ஆங்கிலேயர்களின் காலனி ஆதிக்கம்
ஆதலால் உருவானது காந்தியடிகளின் புரட்சி இயக்கம்....
ஆங்கிலேய நீதிமன்றம் ஆடிப்போனதோ உம் துடிப்பான
பேச்சினால்...
உம் பெயர் கேட்ட நீதிபதியின் திகைப்புக்கு காரணம்
உம் பதில்....
ஆசாத் என்றால் விடுதலை என்று நீவீர் கூறிய துணிவு
பேச்சு...
அதுவே இன்று இந்திய நாட்டின் உயிர் மூச்சு....
ஆங்கிலேயர்களை எதிர்த்து சிறை சென்றீர்....
பதினைந்து வயதில் பதினைந்து சவுக்கடி....
அதுவே உம் இளம்வயதின் புரட்சி
போராட்டத்தின் முதல் படி ....
ககோரின் ரெயில் கொள்ளை அதுவே ஆனது உம்
புரட்சியின் எல்லை....
பஞ்சாப் சிங்கம் லஜபதி ராய் படுகொலை....
அது உம் வாழ்க்கை வரலாற்றை மாற்றிய ஓர்
வரையறை.....
ஓர் தோட்டா உன்னைத் துளைத்தது.....
அதிலும் உம் மரணம் உம்மில் விளைந்தது...
உம் பெயர் கூறும் நீவீர் மறித்த பூங்கா....
என்றும் பாயும் உம் விடுதலைக் குருதி......

பொ. கல்பனா, கோயம்புத்தூர்.

47.செண்பகராமன் பிள்ளை

பள்ளிப்படிப்போடு துள்ளி விளையாடியவர் சிறுவயதில்..
நெஞ்சில் தேசபக்தி அல்லியாய் மலர்ந்திட..
அதை மலரவிடாது மறுத்த வெள்ளைச் சூரியன்..
பாரதத்தை அடிமை இருளால் மூழ்கடிக்க..

வீரர் செண்பகராமனின் அடி மனதில்..
புயலாய் உருவெடுத்து நினைவில் கயலாய்..
நீந்தியது விடுதலை வேட்கை, அய்ரோப்பியர்..
உளவாளி துணையோடு செர்மனி சென்றிட்டார்..

நாடு மாற்றத்தால் மாறவில்லை விடுதலைத்தீயின்..
உச்சம் அச்சமின்றியே அய்ரோப்பாவிலும் தாய்நாட்டின்..
விடுதலையை முன்னெடுத்து ஜெய்ஹிந்த் வார்த்தையை..
எரிமலையாய் உமிழ்ந்தார் விடுதலை ஒளியின்..

வெளிச்சத்தில் இந்தியா உலக நாடுகளில்..
ஒப்புயர்வற்று விளங்கிட தொடர்ந்து முழங்கிட..
பரங்கியரின் பார்வை கழுகாய் நோக்கிட..
கண்காணிக்கப்பட்டார் புரோ இந்தியா பத்திரிகை
வெளியிட்டு..

விடுதலைச்செய்திகளுக்கு வித்திட்டார் எழுத்துக்களை.
விடுதலை இந்தியா அமைச்சரவையை ஆப்கனில் ..
நிறுவி அமைச்சர் பொறுப்பிலும் அமர்ந்திருந்தார்..
பொறியியல் படித்திருந்தாலும் இந்தியர்களை
இகழ்ந்த..

இட்லரென்னும் சர்வாதிகாரியின் ஏதேச்சாதிகார
வார்த்தைகளை..

பீரங்கியாய் எதிர்த்து வென்றிடவே வெட்கத்தால்...
இட்லரும் இழிவானார், யூதர்களை கொன்றிட்டப்..
பேய்க்கூட்டம் ஜெய்கிந்த் இராமனையும் அழித்தனரே.

தங்க.மனோகரன், பட்டதாரி ஆசிரியர்.
அரசு உயர்நிலைப் பள்ளி, தொண்டியக்காடு
திருவாரூர் மாவட்டம்.

48.தாதாபாய் நெளரோஜி

தேசிய காங்கிரசின் தலைவரே!
உமது தேசியம் தான் என்னே!
மதம், மொழி, இன பேதமற்ற
ஒன்றுபட்ட தேசியத்தையும்
வறுமை அகற்றும் தேசியப் பொருளாதாரத்தையும்
இரு கண்களாகக் கொண்டு
நூறு ஆண்டுகளுக்கு முன்னரே
தீர்க்கதரிசினமாகக் கூறியவரே!
வறுமையை ஒழிப்பதே
நோக்கமாகக் கொண்டவரே!
இந்தியா வல்லரசாக அல்ல,
வறுமையற்ற தேசமாக
நம் இந்தியா உயர வேண்டும் என
கனவு கண்டவரே!
இந்தியாவின் முதுபெரும் கிழவர் எனப்
போற்றப்பட்டவரே!
நீர் எங்களை விட்டு மறைந்தாலும்,
உமது சிந்தனைகள்
இன்றைய சூழலுக்கு
மிகவும் பொருத்தமாக இருக்கின்றனவே!
உமது கனவை நனவாக்க
நாங்களும் பாடுபடுவோம் .
இந்தியாவை வறுமையற்ற நாடாக்குவோம்...

அ.மரியசெல்வி,

49.எஸ். குமரன்

நாட்டு விடுதலைக்கு
காந்தியுடன் இணைந்து போராடியவரே
வந்தே மாதரம் என்று கோஷமிட்டவரே
மணிமண்டபம் கட்டவைத்த போராளியே
நாட்டுக்காக உயிர்த்தியாகம் புரிந்தவரே
தன் இன்னுயிரை தனதென்று எண்ணாமல்
இரத்தம் சிந்திப் போராடியவரே வேட்கைப்புரட்சியே
தேசத்திற்காக போராடியவர்களின் முதுகெலும்பானவரே
தொண்டர்களின் சீராளரே
அணிவகுத்துச் சென்ற அமைப்பாளரே
காவலர்களால் தாக்கப்பட்டபோதும்
கடமையைக் கைவிடாத கதிரவனான தியாகியே
இந்திய விடுதலை இயக்கத்தின்தூனே
சரித்திரத்தின் சாகரமானவரே
வாழ்வை நாட்டுக்கே அர்ப்பணித்தவரே
இந்திய விடுதலைக்கு வித்தானவரே
தேசத்தைக் காக்க தேகம் மண்ணில்
கலந்தபொழுதும்போராடியவரே
விடாமல் தொடர்ந்து போராடியவரே
நாம் சுதந்திரக் காற்றை சுவாசிக்க
தனது சுவாசக் காற்றை நிறுத்தியவரே
பாரதம் காக்க படாதபாடு பட்டவரே
பட்டை தீட்டிய வைரமானவரே
பரந்த தேசத்தை பாரத தேசத்தை
பட்டாப் போட்டு நாம் ஆள பரவசமானவரே
பலகாலம் சிறை வாசம் அனுபவித்தவரே
தாளாத தண்டனை தளராமல் பெற்று
தனது தேசத்தை நமது தேசமாக்கியவரே
தியாகியே செம்மலே

ஜீவரேகா, வேதியியல் ஆசிரியை
அரசினர்
மேனிலைப்பள்ளி,ஏத்தக்கோவில்,ஆண்டிபட்டி

50.தீரன் சின்னமலை

சீரும் தென்னாட்டு சிங்கமாம்...
மஞ்சள் ஈரோட்டு தங்கமாம்..
மேலப்பாளைய காங்கேய காளைதான் தீரன்
சின்னமலை...

ரத்தினசாமிக் கவுண்டர்- பெரியாத்தா பெற்ற வைரம்,
தீர்த்தகிரிச் சர்க்கரை தீரன் சின்னமலை....

பெரும் புயலாய்,
பெரும் படைக்கு தலைமை ஏற்று...
ஓடாநிலையில் ஓடாமல் கோட்டை கட்டி,
தாராள வம்சத்து தரணி ஆண்டான் சின்னமலை....

கொங்கு மண்ணில் பிறந்து நாட்டின் விடுதலைக்காக
தன் வாழ்வை,வசந்தத்தைத் தியாகம் செய்த வீரத்தின்
அடையாளம் மாவீரன் சின்னமலை தான்...

தடைகளை உடைத்து தனக்கெனத் தடம்பதித்த
பரம்பரை...
இது தலைகுனிந்து வாழாது...

ஆங்கிலேயனை திக்குமுக்காட வைத்த...
கொங்கு நாட்டு சிங்கம் ஐயா தீரன் சின்னமலை...

ஆங்கிலேயனை குலை நடுங்க வைத்த பழையகோட்டை
பட்டக்காரர் வழிவந்த சிம்மசொப்பனம் தீரன்
சின்னமலை...

காலத்தால் அழியாத வளரும்போதே போர்க்கலைகள்,
கற்றறிந்த வீரத்தின் விளைநிலம் தீரன் சின்னமலை....

கோழையாக நிற்க மாட்டோம், கப்பம் கட்டி வாழ
மாட்டோம்,
பிள்ளைகளை விட மாட்டோம் என்று கர்ஜித்தவர் தீரன்
சின்னமலை...

வீரர்களுக்கு எல்லாம் வீரனான...
செ்ன்னிமலைக்கும் சிவன்மலைக்கும் நடுவே நின்றான்
தீரன் சின்னமலை....

நிச்சயம் காலம் மாறும்,
நீதிதன் கண் திறக்கும்,
சத்தியம் தர்மத்தோடு வெல்லும்,
சமநிலை நாடுகாணும் என்றார் தீரன் சின்னமலை...

விடுதலையின் முதல் வித்து,
மாத்தமிழ் உனது சொத்து,
நல்லறம் நாடு போற்றும் வகையில் வாழ்ந்தார் தீரன்
சின்னமலை...

சுதந்திரக் காற்றின் சுவாசம் முதல்வனே...
இவ்வுலகம் உள்ளவரை உன் புகழ் பேசும்...
சுதந்திர போராட்ட மாவீரனே இவ்வுலகம் உள்ளவரை
உன் புகழ் பேசும்...

செ. காவியா, 12 ஆம் வகுப்பு,
கவுந்தப்பாடி, ஈரோடு மாவட்டம்.

51.பகத் சிங்

இந்திய விடுதலைப் போராட்ட வீரர்
இந்துஸ்தான் சோசலிசக் குடியரசு அமைப்பின் தலைவர்
கடுமையான போராளி உண்மையான உழைப்பாளி
தீவிர எதிர்ப்பாளர்
ஆங்கில ஆட்சியின் சிம்மசொப்பனமாக விளங்கிய
ஜனநாயகவாதி
நட்பின் இலக்கணமாகத் திகழ்ந்தவர் லாலா லஜபதி ராய்
ஆயுதம் தாங்கினால் மட்டுமே சுதந்திரம் அடைய முடியும்
என்ற எண்ணத்தில் வாழ்ந்தவர்
ஒரு போராளியின் வாழ்க்கை வெறும் சரித்திரம்
மட்டுமல்ல
விடுதலைப் போராட்ட உணர்வினை இளைஞர்கள்
மனதில் விதைத்திட தன் மரணத்தையே பரிசாகத்
கொடுத்தவர்தான் பகத்சிங்
புதிய சமூகத்தைப் படைக்க மக்களுக்காக பணியாற்றிய
புரட்சிக்காரன் தான் பகத்சிங்
புகை மண்டலத்தை புயலாக மாற்றிய இன்குலாப்
சிந்தாபாத் என்று முழங்கிய மாவீரன் பகத்சிங்
நாட்டிற்காக தன் சொந்த நலன்களை ஆசைகளைத்
துறந்த தேசத்துறவி தான் பகத்சிங்
தூக்குக் கயிற்றுக்கு முத்தமிட்டவர் தான் பகத்சிங்
இன்று இளம் பாட்டாளிகள் வாழ்வில் முகங்களில்
மிளிர்கிறார்!!!!
கோடான கோடி உழைக்கும் மக்களும் மாணவர்கள்
இளைஞர்கள் யாவரும் இந்த உலகத்தில் பகத்சிங்
வடிவத்தில் வாழ்ந்து கொண்டுதான் இருக்கிறார்கள்.
நாமும் அவரின் குறிக்கோள்களை பின்பற்றி நம்
வாழ்வில் முன்னேறுவோம்

திருமதி.இ.விஜயலெட்சுமி,
இடைநிலை ஆசிரியை
மங்கையர்க்கரசி நடுநிலைப் பள்ளி, மணிநகரம்
,மதுரை

52.பழசி இராசா

வய நாட்டுத் தங்கம்
கேரளத்துச் சிங்கம் ..
மனிதருள் மாணிக்கம்
மக்களைக் காப்பதே இவரது நோக்கம்!
சுதந்திரப் போராட்டத் தியாகி ..
பிரிட்டிஷ் அரசாங்கத்தை எதிர்த்த முதல் போராளி!
புரலி மலை புரட்சியால்
போராட்டங்களில் கிளர்ச்சிகள் செய்தவர் ..
பாரத தேசத்தின் விடுதலைக்காக
அரும்பாடுபட்டவர்!
தேசத் தலைவர்களில் முக்கியமானவர்
தேசத்தைக் காத்த மாமனிதர்!
உயர் வரிவிதிப்பை எதிர்த்தவர்..
பிரித்தாளும் கொள்கைக் கொண்ட ஆங்கிலேயனை
விரட்டியடித்தவர்!
பழசி கோட்டையின் இளவரசர் ..
வீரப் பட்டம் பெற்ற இந்தியர் ..!

க.சர்புன்நிஷா, திருத்தணி.

53.பால கங்காதர திலகர்

சுதந்திரத்தை பிறப்புரிமை ஆக்கிய வரே!
ராமச்சந்திரனின் ரத்தினமே
தேசபக்தர்களை வாதாடி மீட்ட வழக்கறிஞரே
சுதந்திர தாகத்தால் சுரண்டலை தடுத்த கேசவ ராவ்
விடுதலை நெருப்பை பற்ற வைத்த பாலன்
சிறை சென்று கீதா ரகசியத்தை சிங்கநாதம் செய்தவர்
சமூகத்தை நேசித்த சமூக சீர்திருத்தவாதி
சுவாசத்தை மறந்து தேசம் காத்தவரே
தேசிய இயக்கத்தில் தந்தையே!
சிறைச்சாலையை தவச்சாலை ஆக்கிய சீமானே!
என்றும் தீராது உன் சுதந்திரதாகம்

வெ. சந்திராதேவி ,மதுரை.

54.பி.சுந்தரய்யா

இந்திய ஒளிவிளக்கே
 மக்களின் நேசகனே
ஆந்திராவில் பிறந்த
அதிசய இரும்பு மலரே
உன்னைத் தாலாட்ட பெரும் பெருமை எனக்கு
ஆராரோ... ஆராரோ ....

சமயக் கொள்கை இல்லா
சந்திரனே முதல் வணக்கம்
சாதியையொழிக்கவந்த
சுந்தரரே மறு வணக்கம்
ஆராரோ... ஆராரோ ....

கருவறையில் தொடங்கிய உன் வீரம்
உன் கல்லறை வரையில் வந்தது
அதை என் நெஞ்சில் நினைவில் கொள்ளும்போது
கண்களில் வெள்ளம் வந்தது ..
ஆராரோ... ஆராரோ ....

விவசாய புரட்சிக்கு பெரும்பங்கு வகித்தவரே
விண்ணை நோக்கி பறந்தது ஏனோ ....
ஆராரோ... ஆராரோ ...

சுதந்திரப் போராட்டத்தின் பெருமூச்சே
நாங்கள் சுகமாய் வாழ சுமையை எடுத்துச்
சென்றாயோ....
ஆராரோ ஆராரோ.....

ம.சேதுமாதவன்

55.பிபின் சந்திர பால்

அன்னை பாரதத்தின்
    அடிமை விலங்கொடித்திட
இன்னல் பலவேற்று
    எழுச்சி கொண்ட பாரதத்தில்
மின்னலாய் ஒளிவீசி
    மீட்டெடுத்த பல்லோருள்
கன்னலாய் இனிக்கிறார்
    கல்கத்தா 'பிபின்சந்தர் ' !

ஆன்மீக விழிப்புணர்வும்
    அதனுடனே தானூட்டி
வானொக்கும் கல்வியும்
    வளர்த்தெடுக்கும் பார்வையும்
தேனொக்கும் சொற்பொழிவால்
    தினமூட்டி வளர்த்திடவே
கானொக்கும் கடுஞ்சிறையில்
    காலத்தைத் தான்கழித்தார் !

பன்முகத் திறனாளர்
    பணிமுகத்தின் பண்பாளர்
நன்முகத்தை நாணேற்ற
    நாளெல்லாம் உழைத்திட்டார் !
பொன்முகத்தால் பாரதத்தைப்
    பொலிவேற்றத் தன்வாழ்வை
வன்கண் வாழ்விற்கே
    வரிசையெனத் தானீந்தார் !

எழுத்தாளர், இதழாளர் ,
    எம்மண்ணில் ஏற்றமிகு
எழுச்சிக்கே வித்திட்ட
    ஏழுழவர் ! விதைவைகளின்

வழுவிலா வாழ்விற்கே
    வடித்துவைத்த கொள்கையாளர் !
தொழுதகையார் சந்தர்பால்
    தொண்டினைப் போற்றிடுவோம் !

முனைவர்.கிருஷ்ணதிலகா

56.வாஞ்சிநாதன்

என்னவென்று கூறுவது உம் பெருமையை
நான் என்னவென்று கூறுவது.......
வாஞ்சிநாதன் என்ற பெயரை கேட்டாலே
என் உடல் சிலிர்க்கிறது,உறங்கி கொண்டிருக்கும் என்
இளம் இரத்தம் துடிக்கிறது,தூக்கத்தில் கேட்டாலும்
என்னுள் ஒரு வீர உணர்ச்சி எழுகிறது.

என்னவென்று கூறுவது உம் பெருமையை நான்
என்னவென்று கூறுவது?
புரட்சியின் நாயகனோ? செங்கோட்டையின் வீரமகனோ?
பெற்றவர்களை பெருமைப்படுத்திய உத்தம
தியாகியோ?
ஆங்கிலேயரின் கொட்டத்தை அடக்க புனலூர்
வேலையை தூக்கி எறிந்த வெற்றி வீரனோ?

என்னவென்று கூறுவது உம் பெருமையை நான்
என்னவென்று கூறுவது?

நட்பிற்கு இலக்கணமோ? அதனால் தான் என்னவோ
கொலை செய்ய வேண்டும் என்று எழுந்தது உன்
எண்ணமோ?
தன்னை சுற்றி பல படைகள் இருக்கிறது என்று
தெரிந்தும் துணிந்தது உன் வண்ணமோ?
அந்நியரின் கையில் தன் உயிரை வீழ்த்துவது அவமானம்
என்று எண்ணி தன்னை தானே சுட்டு கொண்ட உன் வீரம்
கொஞ்சமோ?
என்னவென்று கூறுவது உம் பெருமையை நான்
என்னவென்று கூறுவது?

பெயர்: அ. மெல்வினா, ஊர்: சோழவாண்டிபுரம்

57.பேகம் அசரத் மகால்

பெண்ணியம் போற்றும்
பாரதியின் நாட்டிலே!
பெண்களுக்கே உரிய பண்பாய்!
தைரிய மங்கையாய்!
பாரதிக்கு முன்பே அவதரித்தாள்!
கிழக்கிந்திய கம்பெனிக்கு கீழ்படிய மறுத்தாள்!
சுதந்திரம் வேண்டி நின்ற வீர பெண்ணிற்கு வீரவணக்கம்!
புகலிடம் மறுத்த நேபாளத்தில், புகழ்பெற்ற
புகழ் மங்கைக்கு புகழ் வணக்கம்!
பத்து வயது பாலகனை போரில் பணயம் வைத்தாய்!
அசரத் பேகம் அல்ல நீ!
அசாத்திய பேகம்!
இமயத்தின் காட்டில் மறைந்து கற்சிலை யானாய் !
நாட்டை காத்திட கடவுளானாய்!

க.கவிமணி, கோவை

58.மகாதேவ தேசாய்

குஜராத் மாநிலத்தில் சூரத் அடுத்த சரஸ் என்ற
கிராமத்தில் பிறந்து, 7 வயதில் தாயை இழந்தவரே!
இளம் வயதில் அறிவுக்கூர்மை மிக்க மாணவராக
விளங்கியவரே!
1910-ல் பம்பாய் கல்லூரியில் பி. ஏ பட்டம் பெற்றவரே!
1913-ல் சட்ட படிப்பில் பட்டம் பெற்று சிறிதுகாலம்
வழக்கறிஞர் தொழில் செய்தவரே!
அரசு வங்கியில் பணியாற்றியவரே!
அந்த வேலை பிடிக்காமல் வேலையை விட்டு நின்றவரே!
1942-ல் வெள்ளையனே வெளியேறு இயக்கத்தில் கலந்து
கொண்டதால் வீட்டுச்சிறையில் அடைக்கப்பட்டவரே!
காந்திஜியின் தனிச்செயலாளர் என்ற முறையில்
அவருக்கு மட்டுமல்லாமல் தன்னைச்சுற்றியுள்ள
அனைவருக்கும் சேவை செய்தவரே.
100 வயது வாழ்ந்தவர் செய்யும் பணியை இவர்
செய்திருக்கிறார், என்று காந்திஜி புகழாரம் சூட்டினாரே
படிப்பது, எழுதுவது, கட்டுரை எழுதுவது, அன்றாடப்
பணிகளைத் தவறாமல் செய்தவரே!
சிறந்த எழுத்தாளர், சிந்தனையாளர், என போற்றப்பட்ட
மகா தேவ தேசாய் சிறையிலேயே மாரடைப்பால் 50 வது
வயதில் 1942 மறைந்தார்!

க. கிர்த்திகா,மதுரை மாவட்டம்.

59.மங்கள் பாண்டே

உத்திரப்பிரதேசத்தில் உதயமானது ஓர் சிங்கம்...//
நவாப் நகரத்தில் வலம்வந்த தங்கம்..//
போரில் கொண்ட வெறுப்பால் வெள்ளையனை
வெறுத்தவனே..//
பத்து யானை பலம் கொண்டு பகைவனையும்
எதிர்த்தவனே..//
பிராமண குடியில் பிறந்து ராணுவத்தை ரணகள
படுத்திய போர்வீரனே..//
துப்பாக்கியை கண்டு துவளாமல் பரங்கியர்களை
துடிப்புடன் எதிர்த்த மாவீரனே..//
துப்பாக்கியையும் வாளையும் தன் இருகரங்களில்
பிடித்து ரத்தவெள்ளத்தில் குளிக்க வைத்தாய்
அந்நியனை..//
ஆங்கிலேய அதிகாரிகளை நாயை சுடுவது போல் சுட்டுத்
தள்ளினான்..//
அந்த நேரம் பார்த்து ஆங்கிலேயன் தன்னை சூறையாட
வருவதைக் கண்டு தன்னைத்தானே துப்பாக்கியால்
சுட்டுக்கொண்ட வீரமறவன் பாண்டே.//
இந்தியர் தம்மை இழிவு செய்த பரங்கியருக்கு பாடம்
கற்பித்த பாண்டே
தலை நிமிர்ந்து தூக்கு மேடை சென்ற தங்கமகன்
பாண்டே..//
முதல் சுதந்திரப் போருக்கு முழக்கம் இட்டவன்
பாண்டே..//
கிழக்கிந்திய கம்பெனியை கிழித்தெறிந்தவன்
பாண்டே..//
சிப்பாய்க் கிளர்ச்சிக்கு புரட்சி செய்தவன் பாண்டே..//
எவரும் நெருங்க முடியாத வேங்கை அட பாண்டே...//
அவரின் பிடரியில் இருக்கும் ஒரு ரோமத்தை கூட
எவராலும் பிடுங்க முடியாது என்று இந்திய வீரர்கள்
கர்ஜித்தனர்..//

மகாபாரத போருக்கு பலிகடா ஒரு அரவான்..//
பாரத பூமிக்கு பலிகடா வானான் பாண்டே.//
முதல் இந்திய விடுதலைப் போருக்கு மங்களம்
பாடினான் மங்கள் பாண்டே..//
வாழ்க வீரமறவரின் புகழ்..//
வளர்க என்றென்றும் பாரதம்..//

ஊ.நாகலெட்சுமி ,திருமங்கலம்,மதுரை.

60.மதன் மோகன் மாளவியா

உத்திரபிரேசத்திலே..
அலகாபாத்தில் உதித்தவராம்..!

பிரிஜ்நாத்- மூனாதேவி
தம்பதிகள் பெற்றெடுத்த
அருந்தவப் புதல்வனாம்..!

மண்ணுருண்டையா மாளவியா... ஆம்
மண்ணுருண்டை தான்
மதன் மாளவியா..!

போலிப் பகுத்தறிவைவிட
புத்தனும், இராமானுஜனும்
நடந்த இந்த மண்ணின்
மண்ணுருண்டையாக ...
இருப்பதே பெரும் பாக்கியமே..!

இந்திய விடுதலைப்
போராட்ட தியாகியவராம்..!.
சிறந்த ஆளுமை கொண்டவராம்.,.!

காரியம் தான் பெரிது என
எண்ணியவராம்...! வீரியம்
பெரிதல்ல என்றவராம்..!

இந்திய விடுதலைக்கு
வித்திட்டவராம்..! இந்து
தேசத்தை வளர்த்தவராம்..!

முதிய அகவையில் பலர்
அவரை "மகாமனா " என
அழைத்தனராம். !

அந்நியப் பொருளைத் துறந்து,
இந்தியப் பொருளை வாங்கச்
சொன்னவராம். !

சுமை தாங்கும் கல்லாய்,
பிறர் உயர ஏணியாய்
நின்றவர் தான் மதன்
மோகன் மாளவியா.!

இன்றளவும் அவரை
நினைத்து, என்னாளும்
அவர் புகழ் பாடுவோம்..!

ம.பூங்கொடி, கவுந்தப்பாடி, ஈரோடு.

61.மருது பாண்டியர்

சிவகங்கை சீமையில் தோன்றி
வெள்ளையனை அதிர வைத்த சிங்கங்கள்
முத்து வடுகநாதரின் சிறந்த படை
பெரிய மருது சின்ன மருது படை
நவாப்பின் வரிவசூலை தடுத்து
நம் மண்ணின் வீரத்தைத் தந்தாய்
மதம் சாதி இனம் ஒன்றே
மதம் இனம் சாதிக்கு நல்லிணக்கம் தந்தாய்
சோமேசுரர் ஆலயம் அமைத்தாய்
கிறித்து முஸ்லிம் ஆலயத்தை பாதுகாத்தாய்
நமது மண்ணின் முதல் கிளர்ச்சி
மருது சகோதரர்கள் கிளம்பினர்
அலியின் படைக்கு உதவி
திண்டுக்கல்லில் வெற்றி பெற்றாய்
வீரனின் தமையனுக்கு அடைக்கலம் அளித்தாக
வீரர்களை தூக்கில் இட்ட அந்நியர்கள்
நீ விதைத்த விதையே
முதல் சுதந்திர போர்
என்றும் உன் புகழ் ஓங்குக...

**தமிழ் புலவர் : தே.பிரவீன்ராஜ் ,தமிழ்த்துறை
மாணவன்,
முத்துரங்கம் அறிவியல் மற்றும் கலைக்கல்லூரி ,
ஓட்டேரி,வேலூர்-02**

62.மீரா பென்

எதிரியாகவே இருந்தாலும் எதிரில் நிற்பது சிங்கம்
என்றல்லவா பெருமை கொண்டிருந்தோம்... !!
நீங்கள் ஆளக் கூடாது என்றுதானே நினைத்தோம்.
வாழக்கூடாது என ஒரு போதும் நினைக்கவில்லையே
தாயே..!!
இந்த ஒற்றை வார்த்தை போதும் மீரா அம்மா.. உன்
பெருமையை உலகம் சொல்ல..!
இனி எங்கே காண்போம் இதுபோன்ற பெருமை கொண்ட
பேருயிரை..!!
காந்தியின் ஆசிரமத்தில் அழகாய் ஆட்சி மற்றும்
பாதுகாப்பாய் இருந்த மீரா பெண் நீ காந்தியின்
ஆசிரமத்தில் உதிர்ந்த து....மிகையாகாது..
போய் வா நதியலை யே..
கள்ளமில்லை, கபடில்லை, பயமில்லை
சொன்னால் சொன்னதுதான்..

சொன்ன வார்த்தையில் மாற்றமில்லை..
முன் வைத்த காலைப் பின் வைத்ததுமில்லை..
எவர் வீட்டு வாசலிலும் இறைஞ்சி நின்றதில்லை..
எவருக்காகவும் எதற்காகவும் எங்கேயும்
காத்திருந்ததுமில்லை..
மீரா பெண் எனும் வார்த்தைகள்
இனி வரப் போவதுமில்லை..
போ.. போய் வா நதியலையே..
நீ இருக்கும் பொழுது தெரியாத அருமையை
இனி.. நீ இல்லாத இடத்தில் உணரும் இந்த உலகம்
ஒவ்வொரு செயலின் பொழுதும்
நிச்சயம் ஒரு கேள்வி வரும்..
அந்த மீரா அம்மா மட்டும்
இப்ப இருந்துதுன்னா?
அந்தக் கேள்விதான்

உன் சாதனை..
அந்தக் கேள்விதான்
உன் வாழ்க்கை..
போ..போய் வா நதியலையே..
7 கோடி பேர் இருந்தும்
அனாதையாய் உணர்கிறது
நீ சரித்திரம்தான்..
காலம் அதை நிச்சயம் நிருபிக்கும்..
போ..இனியாகிலும் அமைதியாய்..
உன்னைச் சுற்றிலும் இனி..
கயவர்கள் இல்லை..
வேடதாரிகள் இல்லை..
கபட நாடகங்கள் இல்லை..
வழக்குகள் இல்லை..
நிம்மதியாய்
கண்ணுறங்கு
வங்கக் கடலோரமாய்..
போ.. போய் வா நதியலையே

**இப்படிக்கு மீரா பெண் அம்மா மீது பற்றுள்ள
பாசமுள்ள _ஆண் தென்றல்_ *S.முஹம்மது ஹஸ்ரான்***

63.ப.ஜீவானந்தம்

காந்தியவாதியாக, சுயமரியாதை இயக்க வீரராக, தமிழ்ப்
பற்றாளராக,
 ஒரு பொதுவுடைமை இயக்கத் தலைவராக உயர்ந்தவர்.
 பாரதியின் பாதையைப் பின்பற்றி பாமரர்களை
எழுச்சி பெறச் செய்த பாடல்கள் பலவற்றைப் பாடியவர்.
பொதுவுடைமை கட்சிக் கூட்டங்களில் முதல் முறையாகத்
தமிழ் இலக்கியப் பெருமைகளை பேசி, தமிழ்க்
கலாச்சாரத்தோடு,
சுதந்திரத் தாகத்தை வளர்த்தவர்.

நாற்பது ஆண்டுகள் பொது வாழ்க்கையில்
ஈடுபட்டு தியாகங்கள் பல புரிந்த பொதுவுடைமைத்
தலைவர்
பத்து ஆண்டுகளை சிறையில் கழித்தவர்.
 வைக்கம் சத்தியாக்கிரகம், சுசீந்திரம் தீண்டாமை
இயக்கம்,
சுயமரியாதை இயக்கங்களில் பங்கேற்றவர்.
இளம் வயதில் அவரைக் கவர்ந்தது
மகாத்மா காந்தியின் கொள்கைகள்.
நாடகம் நடத்திவந்த அஞ்சாநெஞ்சன் விஸ்வநாத
தாஸோடு
நெருங்கிப் பழகி நாடகங்களையும் எழுதி சுதந்திரத்
தாகத்தை கொடுத்தார்.
நாடகம் எழுதித் தயாரிக்கும்
ஆற்றலுடன் கவிதைகளையும் எழுதினார்.
அந்தக் கவிதை காந்தியையும், கதரையும் பற்றியே.
பத்தாம் வகுப்பிலேயே " சுதந்திரவீரன்"
என்ற நாவலை எழுதி "ஞானபாஸ்கரன்" என்ற நாடகத்தை
அவரே எழுதித் தயாரித்து அரங்கேற்றினார்.
அந்த நாடகத்தில் நடிக்கவும் செய்தார்.
 காந்திய வெளியீடுகளைப் படித்தார்.

ஜீவானந்தம், அரசியலில் எதிரணியில் இருந்த காமராசரால் பெரிதும் மதிக்கப்பட்டவர். இந்திய சுதந்திரத்திற்குப் பிற்காலங்களில் உடுத்த மாற்றுடை இல்லாத வறுமை நிலையிலும் வாழ்ந்தவர்.

கவிமாமணி இரஜகை நிலவன், மும்பை.

64. வீரத்தாய் குயிலி

மாபெரும் சிவகங்கை பெற்றெடுத்த சிங்கம்,
சுதந்திரப்போர் வேள்வியிலே குளித்த தங்கம்!
வீரத்தமிழ்ச்சி வேலு நாச்சியாரின் வீரத் தோழி,
அவரே பெண் போராளி வீரத்தாய் குயிலி!
பெண்ணுக்கு பெண் எதிரி என்ற கருத்தை வேர் அறுத்து,
இரு பெண்களாக இணைந்து எதிரிப்படையை உடைத்து!
வேலு நாச்சியாரின் உடையாள் படைத் தலைவி,
அவர் தான் பார்புகழும் வீரத்தாய் குயிலி!
போரில் தனக்குத்தானே தீ வைத்துகொண்டார்,இதனால்
ஆங்கிலேயர் மத்தியில் சிம்மசொப்பனமாக நின்றார்!
ஆங்கிலேயரை எதிர்க்க தன் உயிரைத் தந்தார்,
இந்த தியாகத்தில்தான் வேலுநாச்சியார் வெற்றி
கண்டார்!
குயிலியும் வேலுநாச்சியாரும்தான் சிவகங்கையின்
சிங்கம்,
அவர் நினைவாக இன்றும் உள்ளது மகளிர் சுய உதவிச்
சங்கம்!
குயிலியை கண்டு நடுங்கியது ஆங்கிலேய ஆட்சி,
அவர் வீரத்திற்கு என் கவிதையே சாட்சி!

மா.முகுந்தன் ,பத்தாம் வகுப்பு ,வெங்கடலட்சுமி
மெட்ரிக்மேநிலைப்பள்ளி,கோவை.

65.ராணி சென்னம்மா

குதிரையேற்றம்/வாள் வித்தை/
வில் வித்தையில் தேர்ச்சி பெற்ற
புனித நூல் படிக்கும் பழக்கமுள்ளவர்!
சமஸ்கிருதம்/கன்னடம்/மராாட்டி/உருது
கற்ற மொழி ஆளுமையாளர்!
15 வயதில் திருமணம்
அடுத்தடுத்து கணவன்/மகன் இறப்பு
தத்துப்பிள்ளை சிவலிங்காவிற்கு
முடிசூட்டும் நினைப்பினில்
ஆங்கிலேயனின் முட்டுக்கட்டை ஆணை!
எதிர்த்து 12 நாள் சண்டையிட்ட
விடுதலை போராட்ட வீராங்கனை!
பைல்ஹோங்கல் சிறையில் அடைக்கப்பட்டு
51 வயதில் வீர மரணம் தழுவிய கிட்டூர் ராணி!
துணிச்சல்காரியான சின்னம்மா பெயரில்
கர்நாடகா நாடாளுமன்றத்தில்
சிலை வைத்து கௌரவப்படுத்தி
நாள்தோறும் கோலாப்பூர் - பெங்களூர்
இடையே தொடர்வண்டி செல்லுதல்
சிறப்பும் அமைந்த/ பூஜை செய்தலில்
விருப்பமான ராணி சென்னம்மாவை
வணங்கி மகிழ்ந்திடுவோம்!

முனைவர்.பெ.தமிழ்ச்செல்வி,
வாலாஜாப்பேட்டை.

66.ராணி அவந்திபாய்

மங்கையரின் மாண்புக்கு மகுடமாய்
பெண் எழுச்சியின் சிம்மமாய்
சொப்பனத்தில் கூட பெண்ணை
தாழ்வாய் பார்க்கும் ஆடவருக்கு
ஒரு எழுச்சியின் கனலாய்
மத்திய பிரதேசத்தின் ராஜ்புத் வகுப்பின்
கணையாழியாய் நின்றாள்
அம்மா! இராணி அவந்தி பாய் !
கண்ணீர் விட்டா வளர்த்தோம்
உன் கயலை என்று பார்த்தவர் மிரளும் வண்ணம்
ஒரு அக்னி சக்தியாய்
அடிமை செய்த ஆங்கிலேயரை
தலை தடுமாறச் செய்த எம்குல இராணியே
வீரர் தன்னில் தலை குறைவாய் இருந்தாலும்
நிறைவாய் எடுத்துச் சென்று
தைரியத்திற்கு தன்னம்பிக்கை ஊட்டிய
எம் அவந்திபாய் தேவியே
செயலற்ற கரையானாய் ஆங்கில வம்சம் தன்னை
நிலைநாட்ட செய்யாமல் விரட்டிய
எம் குல பெண் தெய்வமே
உன்னை வணங்குகிறேன்
சக்தி கொடு எனக்கு
எம் நாட்டை பாதுகாக்க
உன் போல் வர வேண்டும்
இனி வரும் மாந்தர் தன்னில்.

மு.மகராசி, ஆறுமுகநேரி.

67.ராஜ் நாராயணன்

இந்தியா சுதந்திரம்
பெறவே இடைவிடாமல்
இன்னல்களைப்
பட்டுப்போராடியவர்
ராஜ் நாராயணன்
நாம் நேயத்தின்
வழியாக
தேசத்தின் சுதந்திரம்
பொற்றோமே
என்று எழுச்சியோடு போராடியவரே

ஒவ்வொருவரும்
தன்னுயிரை
ஈந்தனரே
அதனில் முக்கியமானவரே
சிறைவாசம் அனுபவித்தவரே

சந்தையில்
நிந்தைகள் செய்திட்டோரையும் பொறுத்து
நித்திரையே இல்லாமல்
துறவு மனங்கொண்டு
நினைத்த சுதந்திரத்தை
நாம்
நிம்மதியோடு பெற்றிட வழிகளைக் கண்டவரே

இச்சுதந்திரம் பெற்றிட
நிஷ்டூரேத்தாக்குதல்களை அனுபவித்து
அந்நியரிடமிருந்து
அயராது போராடியவர்
அருமைச்சுதந்திரம் பெற்றுக்கொடுத்தவர்

வற்றாத ஜீவநதியானவரே
சுதந்திர ஊற்று எப்போதும்
சுரந்திட நலம் தந்திட
வகை செய்திட்டவரே
வலிமை மிகக்கொண்டு
வல்லன்மையது திரண்டு
வளமான நாட்டை நமக்கு பெற்றுத்தரப்
போராடியவரே
தியாகியானவரே
அந்நியத்தளைகளை
அறுத்தெரிந்தவரே
அடிமைத்தனத்தை
ஒழித்திட முயன்றவரே
அன்னை பூமியை
மீட்டெடுத்தவரே
அருமையான சுதந்திரம்
பெற்றுத்தந்தவரே
பெருமை மிகு சீராளரே
எளிமையான மறு உருவம்
ஏற்றமே கொண்டவரே
ஏணியானவரே
சுதந்திர ஏணியானவரே

அ.ச.சதீஷ்குமார், உதவிப்பேராசிரியர், மதுரை

68.லாலா லஜபதி ராய்

இந்தியா விடுதலை பெற முக்கிய பங்காற்றியவரே!
வக்கீல் பணியை உதறிவிட்டு விடுதலைக்காக தன்னை
முழுமையாக அர்ப்பணித்தவரே!
சமூக, சமய,பண்பாட்டு மலர்ச்சிக்காகவும்
பாடுபட்டவரே!
மக்களால் "பஞ்சாப் சிங்கம்" என கம்பீரமாக
அழைக்கப்பட்டவரே!
சுரேந்தர் நாத் பாணர்ஜி, அரவிந்த் கோஷ் ஆகியோருடன்
இணைந்து சுதேசி இயக்கத்திற்காக தீவிரமாக
போராடியவரே!
ஆங்கிலேய அரசின் அடக்குமுறைகளை கடுமையாக
எதிர்த்தவரே!
முழு அரசியல் விடுதலை மட்டுமே தீர்வென
முழங்கியவரே!
ஆங்கிலேய அரசு இவரை கைது செய்து பர்மாவுக்கு நாடு
கடத்தியதே!
இந்திய நாடே கொந்தளித்ததால் 6 மாதங்களில்
விடுதலை செய்யப்பட்டவரே!
"இந்திய ஹோம் ரூல் லீக் நியூயார்க்" அமைப்பை
துவக்கியவரே!
மேற்கு வங்கத்தில் விடுத்த போராட்ட கர்ஜனை ஆங்கில
அரசையே அதிர வைத்தவரே!
மகாத்மா காந்தியின் ஒத்துழையாமை இயக்கத்தை
பஞ்சாப்பில் திறமையாக நடத்தியவரே!
பூர்ண சுதந்திர தீர்மானத்தை முதன் முதலில்
முன்மொழிந்த பெருமைக்குரியவரே!
பல நூல்களையும் படைத்தவரே!
சுதந்திர போராட்ட வீரர் என்பதனையும் தாண்டி பல
பெருமைகளுக்கும் சொந்தக்காரர்!

சட்ட மேதையாக, சமயப் பற்றாளராக, சிறந்த
எழுத்தாளராக, அரசியல் தலைவராக தியாகியாக
அனைத்துத் துறைகளிலும் முத்திரைப் பதித்தவரே!
இந்திய சுதந்திரப் போராட்ட வரலாற்றில் வீரகாவியம்
படைத்த மாபெரும் தலைவரே!

மா.நஜ்மூன், வாணியம்பாடி.

69.வ.சுப்பையா

இந்தியா பிரிட்டிஷ்
ஆடசிக்கு
உட்பட்டபின்பே
சுதந்திரம்
பெறவே போராடினர்
இந்தியப்போராளிகளுள் ஒருவரே
சுப்பையா
உப்புச்சத்துயாக்கிரகத்தில்
பங்குகொண்டவர்
பன்முகத்திறன்கொண்டவர்
இந்திய வாலிபர் சங்கம்
அமைத்தவரே
சமூக சீர்திருத்தம் செய்தவரே
நாடு சுதந்திரம்
பெறவே
நலன்களை இழந்தவரே
மகாத்மா காந்தியின் சீடரே
தொழிலாளர் நலன் பேணியவரே
நல்வாழ்வு வாழ இந்தியாவை இந்தியாவுக்கே
பெற்றுத்தந்தவரே
பெருமை மிக கொண்டவரே
ரத ஊர்வலம் வந்தவரேஎங்கள் சுப்பைய
ரதமானவராம்
சுதந்திர ரதமானவராம்
எதையும் தாங்கும் இதயமது
கொண்டுஇன்னல்கள்பலவற்றைத்
தாங்கியவரே சுப்பையா
விடுதலைப் போராட்டத்தலைவரே
நாடுசுதந்திரம் பெற தனது மொத்த நலனையும்
இழந்தவரே
தாமரைப் பட்டயம் பெற்றவரே

எழுத்தாணியால்
சுதந்திரத்தைசர
செதுக்கியவரே
கலவை கல்லூரியின் மாணவரே
கடமையே என்று சிதந்திரத்துக்காகப் போராடியவரே
சுதந்திரம் என்ற பத்திரிக்கை நடத்தியவரே
தொழிலாளர் உரிமைக்கு தொடர்ரந்து குரல்
கொடுத்தவரே
தொண்டின் சிகரமானவரே
தொகையறா பாடியவரே
பெற்ற சுதந்திரம் பேணிக்காத்திட
மொத்தமும் பெற்றிட
எமக்குப் பெற்றுத்தந்தவரே
சுதந்திர மத்தளமானவரே
சுதந்திரப்
போராளியே

செம்மலர்,ஆங்கில ஆசிரியை
ஆதி திராவிடர்அரசினர்
உயர்நிலைப்பள்ளி,தி.பொம்மிநாயக்கன் பட்டி

70 வல்லபாய் பட்டேல்

இந்திய விடுதலைக்குப் பாடுபட்டவரே
பட்டேலே
இரும்பு மனிதர் என்றழைக்கப்
பட்டவரே பட்டேலே
பர்தோலி நாயகனே
பன்முனைப் போராளியே
பகைவர் களை விரட்டிட பல பரிணாமம் எடுத்தவரே
இந்திய விடுதலைக்கு
விடிவெள்ளி
யானவரே
வீர வேள்வி செய்தவரே

வெள்ளையரை வெளியேற்ற
காந்தியாருடன்
கைகோர்த்து நடத்திட்ட
பல இயக்கப் போராட்டங்களில்களில் கலந்துகொண்டு
தனது நாட்டுப் பற்றினை நிரூபித்தவரே
சிறை சென்றவரே
சிதரவதை அனுபவித்தவரே
அந்நிய சக்தியை
அடியோடு வேரறுக்க
அடிமைத்தளையை பூண்டோடு அறுத்தெரிய
அல்லும் பகலும் போராடியவரே
அகிலத்தினை வழி நடத்திட அனைத்தையும் அனைவரும்
பெற்றிட
போராடிய தியாகச்செம்மலே
உலகிலேயே
சிறந்த மனிதருக்கு
உலகின் உயரமான சிலை 182 அடி உயரத்தில் நர்மதை
ஆற்றின் கரையில. அமைத்த பெருமைக்குரியவரே
ஆங்கிலேயருக்கு எதிராகப் போராட்டங்கள் நடத்தியவரே
வழக்கறிஞராகப. பணிபுரிந்தவரே

காங்கிரசின் கலங்கரை விளக்கே
கடமைக்கே சிகரமே
எங்கள் பட்டேலே
பாரே புகழுதய்யா

முனைவர் கவி சு.நாகவள்ளி,மதுரை

71.வி.பி.சிந்தன்

ஊனும் உயிரும் ஒன்றாய் சேர்ந்து,
அந்நிய அரசுக்கு முற்றுப்புள்ளி வைத்து,
அரசியல்வாதியாய் போராட்ட வீரராய் இருந்து ,
இந்திய தேசிய காங்கிரசில் இணைந்து,
தேசப்பிதாவின் வழிச்சென்று,
கள்ளுக்கடை மறியல், போர் எதிர்ப்பு பரப்புரை ,
என பல விதமாய் பங்கு பெற்று,
பல நாள் காவலில் இருந்து ,
கட்சிப் பணியே தம்பணியாய் நற்பணியேற்று,
போராட்டம் புரட்சி என்று மட்டுமில்லாமல்,
பாவேந்தர் உடன் நட்பால் சிண்டன் என்ற பெயரை
சிந்தன் என மாற்றி,
தொழிற்சங்கவாதியாய் உருவெடுத்து, சட்டமன்றத்தில்
வெற்றிபெற்று சட்டசபை உறுப்பினராகி , சுதந்திர
தாகத்தை தீர்த்து,
இறுதிவரை மக்கள் பணியே செய்து தன்னுயிர் நீத்த
தியாகி தன்னிகரில்லா மனிதர் !

கா. அண்ணாமலை, உதவிப் பேராசிரியர்,
தேவகோட்டை.

72.விஸ்வநாத தாஸ்

இந்திய விடுதலைப் போராட்ட வீரர்!
தமிழகத்தின் சிறந்த வீரர்!
ஆங்கிலேயன் நம்மை ஆள்வதைக் கண்டார்!
மனம் கொதித்தெழுந்தார்!
விடுதலைக்காக குரல் கொடுத்தவர் !
தன் காலமெல்லாம் நாட்டின் நலனுக்காகப் பாடுபட்டவர்!
தியாகி விஸ்வநாததாஸ் என்று பெயர் பெற்றவர்!
நாட்டிற்காக அயராது உழைத்தவர்!
கண்ணீர் குரலால் அழகாகப் பாடுபவர்!
நாடகத்தின் மேல் ஈர்ப்பு கொண்டவர்!
நாடகத்தின்மூலமும், தன் பாடலின் மூலமும் மக்களுக்கு
சுதந்திர தாகத்தை ஊட்டியவர்!
வெள்ளை கொக்கு பறக்குதடி பாப்பா! அதைக்
கோபமின்றி கும்பிடடி பாப்பா! என்று ஆங்கிலேயனுக்கு
எதிராக குரல் கொடுத்தவர்!
ஜாலியன் வாலாபாக் சம்பவத்தை அறிந்தார் மனம்
நொந்தார்!
பஞ்சாப் படுகொலை பாரினில் கொடிது என்று
மேடையில் பாடினார்!
விடுதலைப் போராட்டத்தில் இந்த பாடல் முக்கியபங்கு
வகிக்கும் அளவிற்கு வீரமாகப் பாடினார்!
சுதந்திர தாகத்தை மக்களுக்கு ஊட்டினார்!
ஒத்துழையாமை இயக்கத்தில் இணைந்தார்!
தன் கருத்துக்களை நாடகத்தின் மூலம்
வெளிப்படுத்தினார்!
ஆங்கிலேயனால் கைதுசெய்யப்பட்டார் !சிறை
தண்டனையையும் அனுபவித்தார்!
அன்னியரின் பொருட்களை வாங்க மாட்டேன் என்று
முடிவு செய்தார்!
கதராடை யிலேயே தன்னுடைய ஆடையை அணிந்தார்!

நாடகங்களுக்கு பயன்படுத்தும் ஆடைகளையும் கதர்
ஆடைகளிலேயே தைத்து அணிந்தார்!
சுதேசி இயக்கத்திற்கு ஆதரவு தந்தார்!
நாடகத்தின் பால் உயிரையே வைத்திருந்தார் !
மேடையில்முருகன் வேடத்தில் நடிக்கும்போது தன்
உயிரைத் துறந்தார்!
மயில் மீது அமர்ந்த முருகன் வேடத்திலேயே தன் இறுதி
வாழ்வை முடித்துக் கொண்டார்!
சுதந்திரத்திற்காக போராடி தன் பெயரை நிலைக்கச்
செய்தார்!
அரசு தன் பெயரில் நினைவு இல்லம் அமைக்கும்
அளவிற்கு பெருமை பெற்றார் !
அங்கு மக்கள் அனைவரின் வாழ்க்கை வரலாற்றையும்
தெரிந்துகொள்ள நூலகமும் அமையப் பெற்றார்!
தமிழகத்தின் சுதந்திரப் போராட்ட வீரர்! நம் மனதில்
என்றும் நிலைத்திருக்கும் வீரர்!
அவரே நாம் வணங்கும் விஸ்வநாததாஸ் என்னும்
தமிழகத்தின் விடுதலைப் போராட்ட வீரர் !
விஸ்வநாததாஸ் அய்யாவின் பெருமையைப் பாடுவோம்!
சுதந்திரத்திற்கு வித்திட்ட தியாகிகளைப் போற்றுவோம்!

**செ. திவ்யா ஸ்ரீ, பத்தாம் வகுப்பு, சண்முகா
தொழிற்சாலை அரசினர் மேனிலைப்பள்ளி,
திருவண்ணாமலை.**

73.திரு.வி.கலியாண சுந்தரனார்

விருத்தாச்சலம் சின்னம்மாளிடம் விதைத்த விதை!
வரலாறு இன்றுவரை பேசும் பெருங்கதை!
திருவாரூர் தந்த இந்திய விடுதலை தீச்சுடர்!
எழுத்துலகில் வீறுநடை போட்ட எழுத்துச்சுடர்!
இந்திய விடுதலையில் பற்றியெரிந்த விடுதலைக்கனல்!
முதுமையில் பூத்த முதுமை உலறல்!
மேடைப்பேச்சில் மடை திறந்த வெள்ளம்!
தமிழ்த்தென்றலே நும் கனிவு உள்ளம்!
எழுத்தில் குன்றின் மேலிட்ட பாரொளி!
உன் உள்ளத்தில் ஊர்ந்த உள்ளொளி!
தேசபக்தன் ,நவசக்தி பத்திரிக்கையின் ஆசிரியரே!
அரசியல் இலக்கியம் படைத்த மேதையரே!
எளிமை,தூய்மை,பொதுமைக்கு இலக்கணம்!
பெண்ணின் பெருமை எழுதிய புத்துயிர் திலகம்!
தமிழ்த்தென்றலே உன் கையில் தவழ்ந்த எழுத்தாணி!
தமிழ்த்தென்றலே நீ! ஒரு திரிவேணி!
சமத்துவம் நவின்ற சமத்துவப் பாவலர்!
மத ஒருமைப்பாட்டை விரும்பிய சகோதரத்துவர்!
தமிழ்மொழியின் தன்னிகரில்லா தமிழறிஞர்!
சீர்த்திருத்தம் புகுத்திய செந்தமிழ் செல்வர்!
திக்கெட்டும் தேனாய் பரவி தித்திக்கட்டுமே!
தமிழைக்குளிர்வித்த தமிழ்த்தென்றலே!
நும் பேரும்! புகழும்!
தமிழுக்கு தமிழ்த்தென்றலாகி
இந்திய விடுதலைக்கு தியாகி!
நீ!........

தமிழ்ப்புலவன் ஜா.பாலாஜி,தமிழ்த்துறை மாணவன்,
மாநிலக்கல்லூரி(த),மெரினாக்கடற்கரை,காமராஜர்
சாலை,சேப்பாக்கம் திருவல்லிக்கேணி , சென்னை.

74.பி.கக்கன்

மகாத்மா காந்தியை பின்பற்றிய
மரகத மாணிக்கம் கக்கன்
விடுதலைப் போராட்ட வீரராக
விளைந்த ஆலமரம் கக்கன்
தும்பைப்பட்டியில் பிறந்த
தங்கம் கக்கன் அவர்கள்
பார்வதி என்ற பெண்ணை வாழ்வில்
துணைவியாக கொண்டவர் கக்கன் அவர்கள்
சூன் மாதத்தில் பிறந்த
சூறாவளி கக்கன் அவர்கள்
நீங்கள் மண்ணை விட்டு மறைந்தாலும்
எங்கள் மனதில் என்றும் உங்கள் நினைவுகள். ...!

-ஏ. கிருபாகணேஷ், கள்ளக்குறிச்சி.

75.ஹாஜி முகமது மௌலானா சாகிப்

சங்கம் வைத்து தமிழ் வளர்த்த
பெருமையுடைய நகரில் பிறந்தவரே
அஞ்சா நெஞ்சமுடன் அரசை எதிர்த்து
அழுத்தமான குற்றச்சாட்டுகளை வைத்து
அரசு தரப்பினரை அதிரச் செய்த அஞ்சானே

மத ஒற்றுமைக்கு பாடுபட்ட பண்பாளனே
அன்னிபெசன்ட் ஹோம்ரூல் இயக்கத்தில் இணைந்து
அடக்குமுறையை எதிர்த்து போராட்டம் செய்த
போராளியே
சுதேசமித்திரன் நாளிதழை வாசித்து
நாட்டுப்பற்றை தனக்குள் ஆழமாக விதைத்தவரே

தன் பேச்சாற்றளால் மக்கள் மனதில்
சுதந்திர எழுச்சியை ஊட்டியவரே
நெல்லையில் ஏற்பட்ட கொந்தளிப்பால்
சுதந்திர வேள்வியில் தன்னை அர்ப்பணிக்க முடிவு
செய்தவரே

நாட்டு நலனே தன் நலம் என்று
ஒரே குறிக்கோளாய் செயல்பட்டவரே
துப்பாக்கி ஏந்தி வெள்ளையனை விரட்டும்
வீரனாக கற்பனை செய்து கொண்டவரே

தன் பேச்சுக்களில்
மேற்கோள் காட்டி பேசும் பாங்குடையவரே
அதன் ஆழத்தை மக்களிடம் சேர்த்தவரே
எண்ணத்திலும் பேச்சிலும்
உணர்விலும் உதிரத்திலும்
எங்கும் தேசபக்தி மிகுந்தவரே

த. கோகிலவாணி, மதுரை.

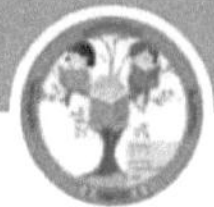

3 வாசிப்பை சுவாசிப்போம்

WhatsApp group

Scan this QR code using the
WhatsApp camera to join this group